இயலிசம்

கவிதைகள்

இயலிசம்

ISBN 979-888521197-0

எனது இந்த எழுத்துலக பயணத்திற்கு காரணமாக அமைந்த பிரதிலிபிக்கும் அதன் வாசக நட்பு வட்டாரத்திற்கும், என்னை பெற்றெடுத்த தாய்க்கும், வளர்த்த அண்ணன்களுக்கும்,என் தாய் தமிழுக்கும் தாயான துணைக்கும் ...நன்றி.சமர்ப்பணம்.

பொருளடக்கம்

பொருளடக்கம்

பொருளடக்கம்

பொருளடக்கம்

பொருளடக்கம்

பொருளடக்கம்

பொருளடக்கம்

முன்னுரை

நான் இயலி கண்ணன் B.Com.நான் இராமநாதபுரம் மாவட்டம் பரமக்குடி வட்டத்தில் புதுப்பட்டிணம் என்ற ஊரில் பிறந்தேன்.வளர்ந்தது படித்தது கங்கைகொண்டான் என்ற கிராமம்.படித்தது செய்யது அம்மாள் மேல்நிலை பள்ளி இராமநாதபுரம்.கல்லூரிப் படிப்பு சிவகங்கை மன்னர் துரைசிங்கம் கல்லூரி .தற்போதைய வாழ்க்கை தனியார் துறையில் வேலை ஈரோடு . சிறுவயது முதலே கதைகள் வாசிப்பதில் மிகுந்த ஆர்வம் கொண்டவன்.எனது ஒன்பதாவது வயதில் நூலகத்தில் சேர்ந்தேன் அன்றுமுதல் நூல்களே எனது நண்பர்கள் .சுஜாதாவும் ராஜேஷ்குமாரும் எனது கதையுலக பால்ய நண்பர்கள். நீண்ட நாட்களாக எனக்கு எழுதுவதைவிட படிப்பதையே ஆர்வமாக கொண்டிருந்தேன்.சென்ற வருடம் (2020 - மே) எனது வாழ்க்கையின் மறக்கமுடியாத மாதம்.எனது கதைகளுக்கு உயிர் வந்த காலம்.எனது படைப்புகளை பிரதிலிபியில் (கவிதைக்களவுகள்) எழுத தொடங்கினேன்.பின் நாளில் அமேசான் கிண்டல்(S2H கண்ணன்) எனது கதைகளுக்கு உயிர் கொடுக்க இப்போது தொடங்கியிருக்கிறேன். எனது பாதைக்கு உங்கள் விரல்களை துணைக்கு அழைக்கிறேன்.வாழ்த்துங்கள் வளர்வோம் வாலிபம் மறந்து வாழ்வோம்.

இப்படிக்கு இயலி (கண்ணன்)
www.kavithaikalavukal.xyz
www.eyalisam.com

நன்றி

எனது இந்த எழுத்துலக பயணத்திற்கு காரணமாக அமைந்த பிரதிலிபிக்கும் அதன் வாசக நட்பு வட்டாரத்திற்கும், என்னை பெற்றெடுத்த தாய்க்கும், வளர்த்த அண்ணன்களுக்கும்,என் தாய் தமிழுக்கும் தாயான துணைக்கும் ...நன்றி.சமர்ப்பணம்.

முகவுரை

எனது வாழ்க்கையின் சில நினைவுகளை,அந்த தருணங்களில் மனதில் தோன்றிய வார்த்தைகளை கோர்த்து,கவிதைகளாக இங்கே பதியமிட்டுள்-ளேன்.இவை உங்கள் மனங்களிலும் வளரும்,மலரும்,வாசம் வீசும் என நம்புகிறேன்.

எனது எண்ணங்களை,எழுத்துக்களை,இந்த நேரத்தில் உங்கள் கைகளில் தவழவிடத் தான்,நான் இந்தப் பிறவியெடுத்தேன் என நினைத்தே மகிழ்ந்திருக்-கிறேன்.அதேநேரம் இந்த எழுத்துக்கள் உங்களுக்கும் பிடித்ததென்றால்,என்னையும் ஆசீர்வதியுங்கள்.நான் இன்னும் சிலகாலம் உங்களோடும்,தமிழ் கவிதைகளோடும் வாழ்ந்துவிட்டுப் போகிறேன்.

இந்த புத்தகத்தை அறம்,பொருள்,இன்பம் என மூன்று பகுதிகளாக எழுதியிருக்கி-றேன்.ஏனென்றால் நமது மனித வாழ்க்கையை உணர்வுகளும்,உணர்சிகளுமே வாழ கற்றுத் தருகிறது,இன்னும் சிலகாலம் வாழவும் சொல்கிறது.உணர்வுகளில் நல்ல-தும் கெட்டதும் இல்லை என்பது எனது தனிப்பட்ட கருத்து.ஏனெனில் உணர்வு-களும்,உணர்ச்சிகளும்,இடத்திற்கு இடம்,மனத்திற்கு மனம்,வயதிற்கு வயது வேறுப-டும்.எனவே இடம் பொருள் ஏவல் மறந்து வாசியுங்கள்,வாழுங்கள்,வாழ்க்கையை வயதைக் கடந்து நேசியுங்கள்.இந்தப் புத்தகம் கண்டிப்பாக உங்கள் மனதில் ஒரு மாற்றத்தை கொண்டு வரும் என உறுதியாக நம்புகிறேன்.

இறுதியாக, இந்தப் புத்தகத்தை ஏன் படிக்க வேண்டும்....? என்ற கேள்விக்கு எனது பதில் : உங்களுக்கு தமிழ் கவிதைகளை கோர்வையாக,எதுகை மோனை-யோடு,உவமை உருவகத்தோடு படிக்க பிடிக்குமென்றால்,இது உங்கள் ஏக்கத்தை தீர்க்கும்.அதேநேரம் உங்கள் பொழுதை இனிமையாக மாற்றும்.ஒரு புதிய உத்வேக சக்தியை கொடுக்கும்.இது உறுதி.

இப்படிக்கு

இயலிசம் (கண்ணன்)

அறமிசம் - அரசியல் பிழைத்தோர்க்கு அறம் கூற்றாகும்

1. உன்னைப் பார்க்கணும்..அம்மா..

முத்தமொன்று எனக்குக்கொடேன்
என்னம்மா என் நெற்றியில்..
முகவரியின்றி நானிருக்கேன்
ஏனம்மா நால்வர் மத்தியில்..

மொத்தமாய் கேட்கவில்லை
காலடி தாரட்டும் — நீ
காரி உமிழ்ந்ததில்
கையளவு சேரட்டும்..

காலங்கள் வறட்சியாமே
கண்ணீர் துளி துளிர்க்கிறது..
காதோர நரைமுடியோ
காலனை அழைக்கிறது..

(காய்த்த)
பழமரங்கள் இன்னும்
பசியோடு ருசிக்கிறது..
படையலுக்கேனும் பயிற்சி கொடு
பாடைகள் அழைக்கிறது..

பத்தியில் என்ன குறை
பாட்டெழுத கனக்கிறது
மெட்டோடு தலையும்
மெல்லிசையாய் குனிகிறது..

களவது உன்னிடமோ
நான் குற்றவாளி தானோ..
கற்றல் களவாமோ

நான் குறைப்பிரசவம் தானோ..

வாலியும் வைரனும்
மதியோடு தொடக்கம்..
மானுட பதரிவன்
உனக்குள் அடக்கம்..

அம்மா
அழுகை வாரதில்லே
இதோ எனக்கு..
அறிவுக்கு எட்டவில்லே..
ஏதோ தப்புக்கணக்கு..

கட்டிய கோட்டைக்குள்
காவல் புகுந்திருச்சே..
கல்லும் மண்ணும்
கழுத்தோடு கவளமாய் நிறைஞ்சிருச்சே..

காணாததை கண்டது போல்
கானலாய் நான் சிரிச்சேன்..
கைரேகை காயுமட்டும்
கண் கொண்டு கவிபடைச்சேன்..

கட்டாயப் பசியாம்
காலணா காசு..
கற்றதெல்லாம் ஒட்டையாம்
கால் சட்டை ஒழுகலாச்சு..

கண்முழி கவனத்தில்
கருவும் பிஞ்சாச்சு..
கதவு மட்டும் தானிருக்கு
வீடு வித்தாச்சு..

காச்சு மூச்சு சத்தமெல்லாம்
ஊரடங்கிப் போச்சு..
கயித்துல கழுத்து நிக்குதில்ல
ஊரெல்லாம் வேடிக்கை பேச்சு..

வேட்டிக்கும் சட்டைக்கும்
ஓய்வு கொடுத்திருச்சு..
வேட்டை நாய் போல
நாக்கோரம் வேர்த்திருச்சு..

பச்சையா கேட்கறேன்
பசிக்குதம்மா வயிறு..
படலடைக்க ஒண்ணுமில்லே
தரிசாச்சு பயிரு..

இன்னும் வளரணுமாம்
என் தலையெழுத்து..
உயிர் வளர்க்க போதும்
இந்த
உயிர்மெய் எழுத்து..

உன்னைப் பார்க்கணுமம்மா
என்னெழுத்தில் வாயேன்..
ஒரேயொரு முத்தமொன்னு தாயேன்...என் தாயே.

2. தமிழ் தேடுறோமே...

அழகாய் ஒரு கவிதை
ஆவி பறக்க நான் சமைத்தேன்
அளவில்லா ஆனந்தத்தில்
ஆசையோடு படையலிட்டேன்
பார்க்கும் கண்கள் சுடுமோ
சுவைக்கும் நாவுக்கு சுகம் தருமோ
சுனையற்ற ஊற்றாய் கவிழுமோ
காட்டாற்று கனலாய் பெருகுமோ
பெருமை சேர்க்குமோ
நானறியேன் பார்வைகளே..
பார்க்கும் இடமெல்லாம்
பார்வதியார் நாட்டியமே
ஏனோ புடவைகள் காணவில்லை
புழுக்கள் கண்களில் காணுகிறேன்
புரியாத மொழிப்பாட்டு
அது பாட்டல்ல ஏமாற்று
அதனோடு தலையாட்டும் கூட்டம்
ஏனோ மதுபோதை தாலாட்டாம்..
குறைகள் ஆங்காங்கே
நிறைகள் நிம்மதி கெடுக்க
பண்பாடும் நம் பிள்ளை
நம் கண்முன்னே குடியோடு இடையாட்டும்
வருங்காலம் கண்ணெதிரே
கருமமாய் தெரிகிறதே..
ஏனாம் இப்படியாம்
இரவில் கூத்தாடும் குடிமக்களாம்
இதை கற்றுத் தந்ததுவாம்..
ஆண் பெண் சமமென்பார் வேண்டிட
சமநிலையை இவ்விடம் கண்டீரோ..

சரக்குகள் விற்பனைக்காம்
மணச்சந்தையில் ஏமாற்றுவாரோ இல்லை
ஏமாறுவார் யாரோ..
குதிகால் செருப்பு தாங்கி
குலமகள் குதிக்கையிலே
குலப்பெருமை இங்கே
எங்கு போச்சு மேன்மக்கா..
போதையில் தப்பு செஞ்சா
மன்னிக்கும் மாராப்பு
மனசை மட்டும் கேட்டுப்புட்டா
மணம் முடிக்க பணத்தையல்லா
தேடுறதே....
மேடைக்கு மேடை பேசி
மேல்நாட்டு நாகரீகம் தின்னுறோமே
குடியில் தமிழில்லை
குடியிருப்பில் மட்டுமே
தமிழ் தேடுறோமே...

3. கொரோனா கொடுமைகள் ..

கொள்ளை நோயொன்று
கோடிக்கை கொண்டு
கொன்று சிரிக்கிறது
தின்று செறிக்கிறது..

விடமுண்டு விண் சென்றோர்
கழுத்தோடு கயிர் கொண்டோர்
கண்முன்னே கண்டோமே..

காற்றைத் தின்று
கதை முடிந்த
கானல்நீர் இன்று கண்டோமே....

நேற்று வரை...
கட்டுப்படுத்தவோ
தொட்டுச் சிரிக்கவோ
கூடவே கூடாதென்று
தெருவோரம் ஒரு கூட்டம்....

உண்டது செரிக்கலை
ஊசி குத்தி தொலைங்களேன்..
மாளிகையில் ஒரு கூட்டம்...

மண்ணுக்குள் ஒரு கூட்டம்...
கத்தலும் கதரலுமாய்
காரணம் தெரியாமலே....

கனவு கண்டோம் கார்குழலி
கட்டாந்தரையோரம்..

கால்மேல் கால் போட்டு
கயிற்று கட்டிலோடு
காட்டுக்குருவி சத்தத்தோடு....

கத்தல் நிறுத்திடுச்சாம்
கதறல் நமக்கு தொடங்கிடுச்சாம்..
காசு பணம் சேர்க்கச் சொல்லி
காட்டை கொன்று தின்னுடுச்சாம்...
காட்டுக்குருவி செத்துடுச்சாம்...

கவளச்சோறு தின்போரே
காசுக்கு காலரா தின்போரே
கவனம் வேண்டும் இப்போதே
களை பறிக்க கண் கொடு இப்போதே...

தொடு திரையில் சுகம் கண்டோம்
தொலைதூர குக்கூ மறந்திட்டோம்
தொலைவிலில்லை நம்காலம்
தொலைவில் காலன் வருவதை பார்த்திட்டோம்...
கண்களை மட்டுமே திறந்திட்டோம்
நடக்கும் காட்சிகள் மட்டுமே கண்டிட்டோம்..

கனவை அவற்றுக்குள் புதைத்திட்டோம்..

புத்தி நமக்கிருப்பதை மறந்திட்டோம்..

மறக்கடிக்கப் பட்டோம்....

புதையல் தேடிடு

இப்போது

இன்னும் நீ

புதைந்தே இருப்பது

தப்பு அது..

தமிழன் பிறந்தது எப்போது

நீ தற்பெருமை பேசாமலிருப்பது

தப்பே அது..

மூவாயிரம் ஆண்டுக்கு மூத்தகுடி

இன்றோ

மூத்திரம் குடிப்பது என்ன விதி...

மூலிகை உட்கொண்டே

உயிர் வளர்த்தோம்...

ஊணோடு உயிரையும்

நாம் வளர்த்தோம்...

ஆயிரம் நோய்களை கண்டிருப்போம்

அதை நாம்

வென்றதை

கல்வி கண்கொண்டு

கவனிக்க மறந்திட்டோம்...

முன்பே..

தமிழா..தமிழச்சி கதை கேளு

தவறில்லை

தமிழன் உணவுமுறை பாதை கேளு...

பாட்டன் முப்பாட்டன் சொல் கேளு

பாட்டி வைத்தியம் முறை கேளு..

பாலோடு தண்ணி கலக்காதே

பதநீர் சுவை மறக்காதே...

பனங்கற்கண்டு பட்டை தீட்டு

பாரினில் வெல்ல புத்தி தீட்டு..

பறவைகள் புழுக்கள் சாகாது

பரம்பரை புகழும் வீழாது..

4. நான் உறங்கும் வேளை..

நடைபாதை கடல்
நான் உறங்கும் வேளை..
என்னைப் பார்த்து
சிரிக்கிறது..
ஏதேதோ சொல்கிறது..

ஒரு முள் கால் நோக
ஒற்றைப்புள்ளி சரிதானோ
சாய்க்கிறது என்னையே
சாய்ந்தாட தெரியாத
தென்னையே..

இளசு நீர் தேக்கம்
தேவைக்கு குடிநீராகும்..
வழுக்கை விழும்போது
வாலிபம் வாய்ப்பேச்சில் பாவம்..
பசி மறக்க நிழல் தேடி
கண் தொலைத்தேன் நானம்மா..
கையோடு கறிச்சோறு
கற்பனை தானோ அறியேனம்மா..
அக்கல் யாரென்று
இராமனுக்கு தெரியுமா..
இக்கரை நோவது
அக்கறைக்கு தாங்குமோ...

எத்திசை நான் போக

ஏட்டில் உண்டோ அறிகுறி..
ஏகவலைவன் பார்வைக்கு
எப்போதைங்க மறைப்பு துணி...
மனசு தான் சுடுது
காய்ச்சல் மண்டைக்குள் வருது..

வருவது போகுமென்று
வரிக்கு வரி சொன்ன
வள்ளுவன் வாக்கும் தருது..
வான்மழை நான் போலே
வைகறை நான் தேட
வாய்க்கால் வரப்புக்குள்
வழிப்பறி என்ன சொல்ல...

வட்டிக்கு விதைத்த
வார்த்தைக்கு பதிலில்ல..

வருவானாம் ஒருவன்
வைகறை இறைவன்...
வீம்புக்கு அன்பு வளர்த்து
வீணாய் போனவனாம்
அம்மாவை வீட்டிலல்ல
எழுத்தோடு தேடியவனாம்..

அழுவானாம் அனுதினமும்
அக்கறை தேனோடு
தேமதுர தமிழாம்..
உண்டின உயிர் வளர்ப்பான்..
உரைக்கத்தி தூக்கி பயணமாக...(உரை - இயல்)

எதிர்வருமோ எச்செயல்
ஏற்பது நிச்சயம் - இல்லா
இருளைக் கிழிக்கும்
இயலிசம் உளிக்கத்தி...

5. எல்லை...இல்லை

எல்லை
எச்சம் ஏழ்மை
ஏட்டிற்கு எல்லை..
எடுத்துச் சுமக்கும்
மானுடம் எல்லை..

எப்பிறவியானாலும்
விழிப்பது எல்லை
விண்ணை முட்டும் ஆசை
விடியல் வரை எல்லை..

விடியல் எதுவென்றே
விழிதிறவா வாழ்க்கை எல்லை..
வாழும் காலம் முழுவதும்
வறுமை உழைப்பின் எல்லை..

விரல் முடிச்சு
வினைப்பேச்சு
விவகாரம் எல்லை..
விரல் கொண்டு விதிமீட்டும்
வீணை எல்லை..

விளையாட்டு பேச்சு
விடை தான் எல்லை..
விடிஞ்சாப் போச்சு
விடுகதை உடல் எல்லை..

கலவரம் கண்கள்
காரியம் எல்லை..

காதல் கட்டில்
கசப்பே எல்லை..

கருங்கற்சிலை காசுவரும்
காலம்வரை எல்லை..
காலம் கடவுள்
கருவரை எல்லை..

கவிதை கற்பனை
எண்ணமே எல்லை..
எழுத்தை சுமக்கும் எனக்கு
என் கைவிரல் எல்லை...

6. விடுதலை..

பஞ்சாரக்கோழிக்கு பாதி இரவில்
விடுதலை..
படுக்கை சுருட்டிப் போட
ஏனோ மனசில்லை...

மனசு முழுக்க ஆசை
மறைப்பு தாண்டி
மனசு போலப் பறக்க...
ஏதோ ஒண்ணு தடுக்க
அது புரியாம தவிக்க...

பூகோளம் வரை வாசலிலே
காத்திருக்கு..
புதுக்காலை விடியும் போது
கதவடைப்பு வருமென்று
ஒரு தவிப்பு மனசுக்குள் படபடப்பு....

ஓட்டமும் நடையும் மறந்து
முழுக்க நம்பிக்கை இழந்து
மறைப்பிலே தான் இன்னும்
இருக்கு...
பூலோகம் அதற்கு
விடியவில்லை.... இன்னும்.
கிழக்கு...

கதவு தாண்டினால் வாழ்க்கை
வசமாகும்..
கனவு கம்பளம் விரிக்கும்..
கற்றவை கண்ணொளி கூட்டும்..

ஆசையுடன் காத்திருப்புந்தான்
கதவிடுக்கில் கண்விழிப்புத்தான்
இறுதியாய் முடிவெடுத்து
முதலடி எடுத்து வைக்க....

தூரமாய் ஒரு சேவல்
அறை கூவல் விட்டுப் போக...
ஓடிவந்தான் கண்விழித்த குடிலன்
கதவடைத்து மறைந்தான்...

இப்போது
மீண்டும் கோழிக்கு ஆசை
விடுதலைக்கு கதவு திறக்குமென்று...
நாளையாவது இருள் விலகுமென்று..
என்னைப் போல்
கதவோரம் நின்று..
சேலையோடு மனசை பூட்டிக்கொண்டு...

-----இயலிசம்---

7. சீர்திருத்தம்... திருத்தம்..

சிற்றோடையோரம்
சிறுதாவணி சீர்திருத்தம்..
சிறுநடை மீது
சீற்றங்கள் சீர்திருத்தம்..

சீனப்பெருஞ்சுவரினுள்
சிரமங்கள் சீர்திருத்தம்..
சினப்பெருஞ்சுமையில்
சிறுமை சீர்திருத்தம்..

சிறுவளையோடு ந(பெ)ண்டு
குழம்போடு சீர்திருத்தம்..
சீறும் பெண்களை நம்பு
சிலையோடு சீர்திருத்தம்..

குளத்தோடு மலர்கள்
மாலையோடு சீர்திருத்தம்
மணத்தோடு பணங்கள்
மனதோடு சீர்திருத்தம்..

பேசாத வார்த்தை
நாக்கோடு சீர்திருத்தம்
பேசிய வன்மங்கள்
நோக்கத்தில் சீர்திருத்தம்..

நடக்காத தீண்டல்கள்
நகலோடு சீர்திருத்தம்
நடத்திய களவுகள்
கனவோடு சீர்திருத்தம்..

கடவுள் சிலைகள்
கையோடு சீர்திருத்தம்..
காணும் நிலைகள்
கவனத்தில் சீர்திருத்தம்..

மடித்த புத்தகம்
மண்டைக்குள் சீர்திருத்தம்
படித்த பாடங்கள்
பார்வைக்கு சீர்திருத்தம்...

பொய்யும் வஞ்சனையும்
வாக்காளனுக்கு சீர்திருத்தம்
வாக்கும் வயலும்
வாழ்க்கைக்கு சீர்திருத்தம்...

வயதும் வறுமையும்
வனப்பிற்கு சீர்திருத்தம்..
வயோதிகமும் தனிமையும்
வளர்ப்புக்கு சீர்திருத்தம்..

எண்ணமும் எழுத்தும்
எனக்கு சீர்திருத்தம்..
என்னையே சீர்திருத்தும்
கருத்துக்கு சீர்திருத்தம்..

காணும் யாவுமே
கண்ணோடு சீர்திருத்தம்
கவலையாவுமே
பெண்ணோடு (தாய்) சீர்திருத்தம்..

..இயலி...

8. எது சீர் திருத்தம்...

காட்டுக்குயில் தான்
கவிஞனும்..
கண்ணு பசிக்கையில்
காட்டில் பூப்பறிப்பான்..
கலந்து விளையாடுவான்...
செடி கொடிகள் மீது
செவ்வண்டாய் மாறிடுவான்...

காதல் பசிக்கும் போது
கவனமாய் கத்திருவான்
கருத்தாய் தன் காதலுக்கு
கற்பனையாய் கவி படைப்பான்..

கற்புக்கும் களவுக்குமிடையே
காதலையும் சேர்த்திருவான்
கண்ணோரம் ஏக்கம் போக
துணை முகத்தையே
துருகிடுவான்...
துகிலுறித்தும் சிலநேரம்
துக்கம் தீர்ப்பான்...

வயிற்றுக்குள் பசி கண்டால்
மலையை குடைந்திருவான்..
மனதுக்குள் மனை தூக்கி
மாமலையை உடைத்திருவான்
மார்போடு மயானம் கொண்டு
மாமாங்கத்தையே சுவைத்திருவான்
மனதை கொல்லும் பறையடிப்பான்
பாட்டோடு பார் வெல்லும்

படை திரட்டி கவி கொண்டு
போரிடுவான்..
ஜெகத்தினை அழித்திருவேன் என
சண்டைக்கும் தலைமையேற்பான்..

அவன் மண்டைக்கும் பசிக்கும்
மாகடலையும் குடிக்கும்..
எட்டு யானை எதிர் வரிணும்
எறும்பாய் மாற்றும்
அவன் கை விரலே கணையாகும்..

கார்காலத்தை கதிர்கொண்டு
களையாக்கி
கற்பனை கொண்டு
நற்பணி செய்வான்..
நடமிடும் வார்த்தைகளில்
நடராசனை மிஞ்சிருவான்..

கவிஞனும் காட்டுக்குயில் போலே
கற்றதை உண்டிடுவான்..
உயிர் வேண்டி போராடும்
உலகில் உயிராக மாறிடுவான்..

உடல் வேண்டும் உயிருக்கு
காதலையும் சொல்லித் தருவான்..
உயிர் வேண்டும் உடலுக்கு
உலகறிவும் சொல்லித் தருவான்..

எதுவோ சீர்திருத்தம்
சீர் சிதைப்பதோ அல்ல
சிந்தையை சிதைப்பதோ அல்ல..

குருவிக்கு தானியமும்

தவளைக்கு தண்ணியும்
குஞ்சுக்கு குருணையும்
தாய்க்கு தமிழும்
தருவான்
கவிஞன்..

அவன் செயலே..இறைவன்..
இயல்பு..

9. ஈழத்து ஆசைகள்...

எத்தனை ஆசை
எத்தனை ஆவல்
அந்த
இராமேஸ்வரம் கடற்கரையில்
நின்று கொண்டு
எட்டிப் பார்த்தாவது
என் தாய் நிலம் தெரிந்திடுமா..
என்றே
குதித்து பார்த்த நாட்கள்...

தெருவிலுள்ள பெரிய புளியமரத்தில்
மின்கம்பியைக் கட்டி
தாய்த்தமிழை
வானொலி வாயிலாக கேட்டு
மகிழ்ந்த தருணங்கள்..

தனிமையில் இருக்கையில்
நானும்
என் தாய்மொழியில்
பேசிச் சிரித்த நினைவுகள்..

ஆசைதான்
எப்படியேனும் ஒரு முறை
என் தாய்நிலம் தீண்டிட கூடிடுமா..
கண்ணாலேனும் கண்டிட கூடுமா..
கல்லறையிலாவது அங்கே
உறங்கிட கூடுமா...

அந்த

உணர்வு எப்படியிருக்கும்
என் மூதாதையரின்
மண் தின்ற உடல்
எனக்கு என்ன சொல்லும்..
எனக்கு என்னத்தை
புரியவைக்கும்...

என் உயிருக்குள் புணருமா
நான் உயிர் கொண்டதன்
அர்த்தம் உணர்த்துமா..

என் தாய் சொல்லும்போது
எனக்கு வேட்கை வரும்..
நான் ஈழத்தில் இருந்திருந்தால்
பெற்றதில் மூன்றில் இரண்டை
பிரபாகரனுக்கு தந்திருப்பேன்
என
என் காதுபட கேட்கையில்..

நான் இறந்த போதும்
என்னை இராமேஸ்வரம்
கடலில் தூக்கி எறிந்து விடுங்கள்..
என்னைப் புதைக்க வேண்டாம்..
நான் அலைகளோடு அலையாய்
என் தாய் நிலத்தை அடைவேன் என
என் அம்மா கதறும் போதும்..

இருதயம் வெடிக்கும்
வேட்கை கொழிக்கும்
குருதி கொதிக்கும்..
யாரது பிரபாகரன்..

தான் சுமந்து பெற்றதை

தாரை வார்க்கும் எண்ணத்தை
என் அம்மாவிற்கு
விதைத்தது எப்படி.....

அப்படியெனில்
அவர் என்ன செய்துவிட்டார்
என் அன்னைக்கு..

இன்றும்
நான் அதை யோசிப்பேன்..

தன் உயிரினும் மேலான
குழந்தையை கொடுக்கும்
துணிவைக் கொடுத்தது
எப்படி சாத்தியமானது..

அவருக்கு
எம்மின தலைவருக்கு..

நான்
காதுகளில் கேட்டது
தலைவரின் பெயரையும்
அண்ணனின் பேச்சையும் மட்டுமே..

சிலநேரம்
என் அம்மா சொல்லும்
ஈழத்தின்
பிச்சைக்காரனில்லா வாழ்க்கையையும்
யாரிடமும் தலைவணங்கா
தமிழனின் பெருமையையும்
கேட்கையில் மனம் குளிரும்..
விழியோரம் பனி படரும்..

பரதவனுக்கு பிறந்த
என் அன்னைக்கு பிறந்த நான்..

இன்றோ
பறையனானேன் தமிழ்நாட்டில்..

என் இனம்
மொழி
இடம் பொருள் ஆவி
அனைத்தையும் இழந்திருக்கிறோம்...

இன்றோ
மற்றவனிடம் கைகட்டி
வேலை செய்யும் நிலை..
அன்றோ
ஈழத்தில் என் தாத்தனின்
நகைக்கடை எப்படியிருந்ததோ
கற்பனை செய்து அழுகிறேன்....

பல கேள்விகள் என்னுள்ளே

விடையாய்
ஒருவனின் முகம் நோக்கியே
குவிகிறது என் கவனம்..

அண்ணே...
நீ வென்றிடு..
என் தலைவனின் கனவை
தலைகொண்டு நிறைவேற்றிடு..

கனவோடு காத்திருக்கிறோம்
உன் கரத்தை வலுவாக்கவே
கனவு காண்கிறோம்...

10. பட்டாம்பூச்சி.. வாழ்க்கை..

இருந்து விட்டு போகட்டும்
இன்னும் இப்படியோ
இந்த வாழ்க்கை..
பறந்து விட்டு போகட்டும்
இன்னும் இருப்பது
எத்தனை நாளோ..

இருப்பதை இரசிப்பதல்ல
இன்றைய மானுடம்
இறைவனையும் இரவலாய் கேட்டு
இரஞ்சுவதே தெய்வீகம்..
இன்னும் விளக்கம்..
இருவரி மேனி தீய்க்கும்..

எல்லாம் வேண்டும்
எனக்கு
எல்லாம் வேண்டும்..
இருப்பது ஒரு உயிர்
அதற்கென்ன வேண்டும்..
யாமறியோம்....

ஆசைக்கு ஆசை
அத்தனைக்கும் பூசை..
ஆன்மீக கண்கள் ஆண்மையோ
பெண்ணுக்கு...

பெற்றவள் தொட்டால் தீட்டு
தீய்வதாம் உம் கணக்கு..
பிறந்தது எம்முறையோ

தீட்டொன்றும் அவளறியாள்..

தேனுக்கும் வண்டுக்கும்
நாவோரம் இடமிருக்கா..
வண்டு தீட்டென்றால்
தேனெப்படி இனிக்கும்..

ஆகம விதியென்பார்
அத்தனையும் சதியாமே
சாதியாமோ..
சாத்திரம் படைத்தது
சாணக்கியனோ...சரஸ்வதியோ...

சாணக்கியன் சொல்லென்றால்
அவனைப் பெற்ற சரஸ்வதி
என்ன செய்தார்..
சரஸ்வதி சாத்திரமென்றால்
பெண்ணடிமை தான் சாத்திரமோ..

சாட்டை தூக்கி சட்டம் நீட்டும்
சர்காரும் சனியன் தானோ..
சாதிக்கொரு ஓட்டுவங்கி
சாதிச்சது பணம் தானோ..

பசிக்கிற வயிற்றில்
பால் உணவாகும்..
பால் கொண்டு சிலை குடிக்கும்
சாத்தியம் சத்தியமாம்..
சாத்திரம் சிரிச்சிருச்சாம்..

மானுடம் வாழ
மனிதம் தான் வேணும்..
மனிதன் வாழ்ந்தால் தான்

கோயில் இங்கு வாழும்..

11. பட்டாம்பூச்சி.. பறக்கவிடு..

தட்டில் சில்லறை
எட்டிப்பிடிப்பார்
எட்டு தோப்புக்கரணம்
போட்டா சரிம்பார்....

ஏனடா..கூத்து..
இங்கே நடத்தரது..யாரு..
அறிவிருக்கா கொஞ்சம்
யோசிச்சு பாரு..

ஆதாவும் ஏவாளும்
அம்மையும் அப்பனுமாம்..
அப்போ நீயும் நானும்
அண்ணனும் தம்பியுமா..

பதிலில்லை..
சிரிக்கிறது. நாடு
எங்கேயோ போகிறது..

உன் தட்டில் விழும்
ஒவ்வொரு காசும்..
உழுதவன் விதைத்தது
வினையாகும் நமக்கு..
விடியலில் அவன் உறங்க
விடியாது கிழக்கு..

வேதனை தான் நமக்கு
மதமும் மார்கமும்..
மனசோடு கேட்டுப்பார்..

மார்பெரியும் கூத்துப்பார்..

நாமலும் நம்பறோம்
நானும் நம்பறேன்..
நாளும் பொழுதும்
நான் முகன் கைகளினால் வருது..

எங்கே.. கணக்கு..
பிணிக்கு மருந்து...

இருதயத்தை மாற்றிவைச்சு
இனியும் சிரிப்பார்..
இறைவனின் கொடையென்று
இருப்பதை கொள்ளையடிப்பார்..

பாம்புக்கு பாலூட்டி
படையலும் வைப்பார்..
பசியில் அழும் மகவிற்கு
பாலூட்ட யார் வருவார்..

விதியும் விந்தையும்
அவரவர் செயலே..
விளக்கம் இன்னும் தேவையோ
கை நீட்டும் கருவரைப் பயலே..

சாமியொன்னு சத்தியமா
இருக்கு..
நீ சாதிக்க நினைச்சா
அவ தான் உன் கிழக்கு..
கருக்கொண்டு பெற்றாளாம்
முதலில் அவளை வணங்கு...

மாலையும் மணியோசையும்

இனியும் எதற்கு..
மங்கையை விட வெறொரு மதமேது
சாத்திரம் நமக்கு இழுக்கு...

மனிதனை வாழ விடு..
மனிதத்தை ஆள விடு..
அவனவன் வீடு கோயிலாகும்....
கருவறை கொண்டவள்
காளியே ஆகும்..

பட்டாம்பூச்சியை பறக்கவிடு..
பாராட்ட வேண்டாம் படிக்கவிடு..

அன்னையாய் அகிலத்தில் அவதரிப்பாள்
ஆண்டவனையும்
அவளே காப்பாள்..

ஆசைகள் கொல்லாதே பெண்ணோடு
இவ்வுலகம் வாழ்வது
அவள்
கண்ணோடு..

12. உடைத்தெறி

உடைத்தெறி..
உரைகிழிக்கா வாளுக்கு
உயிரில்லை..

தகர்த்தெறி..
தடை நீக்கா
தமிழுக்கு அழிவில்லை..

முடிவு தெரியும் வரை
முன்னேறிப்போவதில்லை..
முந்தானைக்குள் முன்னூறு
முடிவிருக்கு மாற்றமில்லை..

முட்டிமுட்டி சமைத்ததெல்லாம்
சத்தில்லை என்று சொன்னால்
முன்னாளும் பின்னாளும்
முகமில்லை என்று பொருள்..

முடிவுரைக்கு அங்கங்கே
முக்காடும் ஒரு பொருள்
மூடரும் சிலபேர்
மூடிக்குள் நண்டாய் நேர்பொருள்..

மூச்சு முட்டுகிறது
முன்வரி பதாகைகள்
முன்னுக்கு பின் முரணாக
பல் இலிக்கும் தோகைகள்..

வச்சது வச்சபடி

வன்முறையில்லே
பாட்டுபடி..
வாய்ப்பாட்டு கணக்கிற்கு
ஏன் பூட்டு சந்தம்படி..

வகைச்சொல் நாற்றமில்லே
வரிசைச்சொல் மாற்றமில்லை
வகைவகையாய் சொல்
தப்புமில்லே..
தப்பென்றவரை கலைகொணர்
தப்பாது பிழை..

இன்னும் இருக்கு
இருப்பெனக்கு..
இப்போதைக்கு ஒருநாள்
முடிவிருக்கு..

முட்டிய விதை
முளைத்தே தீரும்..
முலைப்பாலோடு தமிழ்
வென்றே தீரும்..

கதகதப்பு பேசும்
நாளும் காரணமில்லே
காட்டுக்குயில் பாடும்
கருவுக்குள்ளே...

கவிதைக்குள் கதகதப்பு
கற்பிதழ் பிழை..
கருவுக்கு நிகற்
கனவேபிழை...

காட்சிப்படுத்தல்

களமைப் பொருள்..
கவிதைக்களவுகள்
காதலே பொருள்...

13. தமிழுக்கு..துண்டு..

விதி வலியது
விட்டிலுக்கு தெரியாது
வீணை மீட்டுகையில்
விரலிடை தொடலாகாது..

விரகத்தில் விரல்கள்
விண்ணையும் விரலால்
தின்னும்..
கோரப்பசி அகோரப்பசி
கற்பனைக்குள் காட்டுத்தீப்பொறி..

பற்றவைத்த விரல்களுக்குள்
விரைவாய் பற்றியது..
பற்றியும் எரிந்திடவே
விரலும் விழிக்கிறது..

விழிகளோடு விண்தேடி
விரைவாய் ஒரு கூட்டம்
வித்தைகள் பல செய்து
விரல் தின்னும் ஒரு கூட்டம்..

விசமப் புன்னகையில்
விளையாட்டாய் ஒரு குறி
வினை செய்ய வெட்கமில்லை
வீண்பேச்சு தற்குறி..

விரசம் சரசமென்று
உடையில்லா ஊர்கோலம்..
உடுத்தியது யார் குற்றம்

கேட்டுப்பார் ரோட்டோரம்..
நம் நாட்டோரம்..

முழங்கால் கீழ் தாழ
இலைதளை தின்றோமே
இனியும் அப்படியோ
இவ்வுலகில் வாழ்வோமோ..

இடம்பொருள் தேடணுமே
இன்னமும் சேர்க்கணுமே
இரவாத பணக்காரன்
இறைவனிடம் பிச்சைகேட்டான்..

இப்பிறப்பு தீரு மட்டும்
தின்று சாவேன் தமிழையுமே
தயிர் வடை கூட்டத்திடம்
தலைமுடி தாழமாட்டேன்..

வார்த்தை வெட்டுக்கள்
போதும் மெட்டுக்கள்
விட்டுத்தள்ளுங்கள்
இவர்கள் வேட்டைப் புலிக் கூட்டங்கள்..

இனிக்க தேன் தின்று
இசைக்கையில் இனிக்கும்
இனிய தமிழ் பிள்ளைகள்..
இவன் தமிழ்நாட்டு மழலைகள்..

அரும்புமீசை உருள
அருவாகத்தி மிரள
மீசை முறுக்கி
பாசம் வைத்த..
பச்சைத்தமிழ் மறவர்கள்..

பாரத நாடும்.
பரமசிவன் வீடும்
நாம் கட்டித்தந்தவை தான்..
பாரோடு சொல்லுங்கள்
மார்தட்டி நில்லுங்கள்..

மாற்றான் எவன்வரினும்
மனதோடு ஏற்றுங்கள்
மகிமை தமிழின்றி வேறில்லை
தூற்றுங்கள்..
தூக்கம் துரத்துங்கள்
தூயதை தேடுங்கள்..

தமிழ் வாழ்க..
தமிழர் வாழ்க..என்றே முழங்குங்கள்..

14. பிறக்காத வரம் வேண்டும்..

தூரமாய் ஒரு மலை உச்சி
அதனருகே
துள்ளிக்குதிக்கும் மேகக்கூட்டம்...

அந்த மேகக்கூட்டம் போல
நானும்
பிறந்திருக்ககூடாதா..

காற்றோட தாலாட்டுல
நானும் மனமுருகி
மகிழ்ந்திருப்பேன்..

ஆங்காங்கே கூடி நின்னு
நட்புடன் கதை பேசி
சிரித்திருப்பேன்..

ஊருக்கெல்லாம்
மழை பொழிந்து
அவங்க முகத்தில்
மகிழ்ச்சியையும் பார்த்திருப்பேன்..

காட்டுப்பக்கம் போய் இருந்தா
கான மயில்
ஆட்டம் பார்த்து
அடி மனசு சந்தோஷத்துல
நானும்
ஆத்துத் தண்ணியிலே கலந்திருப்பேன்..

அந்த ஆத்தோட

நாத்து போல
நானும் விவசாயம்
வளத்திருப்பேன்...

ஊருக்கெல்லாம்
சோறு போட
நானும்
வியர்வை தண்ணியோட கலந்திருப்பேன்..

பாவம்
எனக்கு கூடலையே..
இந்தப்
பாழாப் போன உலகத்தில
நானும்
மனுசனா தான்
பிறந்துட்டனே..

என்ன படிச்ச
கடவுளே
உன்ன நான்
ஒண்ணே ஒன்னு
கேட்டுக்குறேன்..

அடுத்த ஜென்மத்திலாவது
இந்த
மனச பிறவி வேண்டாமே..

ஊருக்கெல்லாம்
சோறு போடும்
அந்த
மேகமா பொறந்து
நானும்
காத்துல ஊஞ்சலாடி

வாழ்ந்திடணும்..

நாட்டில் வறுமையை
போக்கத்தானே...
மழையா நான் பொழிஞ்சிடணும்...

காடு களனி நிரைச்சிபுட்டு
விவசாயி கண்ணுல
கடைசியா கலந்திடணும்...

வாழ வரம் வேண்டாமைய்யா..வாழ்க்கையை வரமாக்கும்
விவசாயம் செழிக்க வேணுமய்யா...

15. உதவுங்கள்..

இதழ் இசைய மாட்டுது
இருதயம் பேச மாட்டுது..
இருப்பதை கொடுக்க
இருக்கரவங்களுக்கு தோண மாட்டுது..

இன்னைக்கு
இரவல் கொடுக்க மனம்வரல
இவங்க கை பூட்டிக்கிச்சு..
இந்த வயித்துக்கு
பசி மறைக்க தெரியவில்ல
கண்ணீரு உதட்டோரம் ஒழுகிருச்சு..

இரவுக்கு
என்ன செய்யணும்
மறந்துருச்சு..
பகலுக்கு
பசித்தொல்லை புரியலே
பயந்துருச்சு....

வீட்டுக்குள்ள விறகிருக்கு..
அடுப்பாங்கரையோரம்
வீட்டுக்காரிக்கு நினைப்பிருக்கு..

மேகங்கருத்துருச்சு
வெளியே மழை வந்துருச்சு
ஓடிப்போயி

நனையிற விறக காப்பாத்த
தெம்பில்லே
கையி ஓய்ஞ்சிருச்சு..

விறக மட்டுமே வைச்சு
என்ன செய்ய
வேடிக்கையா சொன்னா
எங்க சின்னப்புள்ள..

அவ சொன்ன அர்த்தம் புரிஞ்சிடுச்சு
அவ வயிற்றில்
நமச்சல் தொடங்கிருச்சு..

அதோ தூரமாய் ஏதோ சத்தம்...
எட்டிப் பாக்கேன்
ஏதோ கூட்டம் ஓடுது...
கூட்டுப்பானைச்சோறு வாசம் வீசுது..

ஒழுகும் கூரைக்கு
மானமில்லே
மடிப்பிச்சை கேட்கத்தான்
மனசில்லே...

ஏ..புள்ளைகளா..
தெருவோரம் பாருங்க..
காசுபணம்
தேவையில்லே ஓடுங்க..

கடவுள் ஒருத்தன்
காட்சியாய் சோறு தாரான்

வாங்கி வாங்க....
ஓடு புள்ளே..ஓடுங்க.....

வாய்பேச்சு வயித்துக்கு கேட்டுருச்சு
வலிமை கால்களுக்கு வந்திருச்சு..
மகள் ரெண்டும்
மனசு போல
ஓட்டமா ஓடிருச்சு..
அவங்க காலோடு
எம்நெஞ்சும் சுட்டுருச்சு..

ஆளுக்கொரு பொட்டலத்தை
தூக்கிக்கிட்டு
ஆத்தாளின் மடி பக்கத்துல
அழுகையோடு வந்திருச்சு..

என் மக்கா
காலு சுடுதுன்னு அழுவுறியலோ
வயித்துக்கு காணுமோனு
அழுவுறியலோ
வாழ்க்கை போன காலத்துல
உங்கள பெத்ததை நெனச்சு காயிறியலோ..

கண்ணீரோடு...என் உசுரு..

கால் நடக்க முடியாத
உங்கப்பன்
கன்னுங்களை காக்க
முடியாத உழுத்த மரம்...

காய்ச்சலுல படுத்திருக்கா
என் உசுரு
என்னப்பெத்தவ கட்டிவைச்ச
தாலிக்கயிறு..

கழுத்துக்கு தாலியும்
கட்டிவைச்சேன்..
காலுடைச்சு கடன்காரனா
மாறிப்புட்டேன்..

மருத்துவம் பாக்க காசுஇல்ல
மாடி வீடு வித்தும்
மரணம் வரவில்ல..
மாசமும் வருசமா மாறிடுச்சு
கடனும் வாடகை
வீட்டோரமா தள்ளிருச்சு..

கட்டின பாவம் தீரலியே
கவள சோறு போடவும்
கூடலியே..
காப்பாத்துற கடவுளா
இவளிருந்தா
இப்போ
காய்ச்சலுல படுத்திருக்கா
கஞ்சிக்கில்லே.....

ஏனுங்க கடவுளே எங்கிருக்க
என்ட பொண்டாட்டிய
காப்பாத்தாம நீயிருக்க..
வேற பொழப்பு ஓனக்கு இல்லியா

ஒருதடவ நேரில வந்து நில்லுயா..

இருப்பதெல்லாம் பறிச்சுக்கிட்ட
இன்னும் உசுரு மட்டுமே
இருக்கு கரிக்கட்ட...
அழுது தீராது என் கண்ணீரு
குடிக்க ஒருவாய் தேராது..

அடகுவைச்ச மானமெல்லாம்
அடுப்படிக்கும் கூடலயே
அடி போடி பைத்தியமே
அரை வயித்துக்கும் பத்தலியே..

ஆரம்பிச்சது அடுத்த புள்ள
அடுத்த பதிலை தேடுது
சின்னப்புள்ள..
ஏதோ கோபம் பிஞ்சுக்குள்ள
பிடிச்ச உருண்ட சோத்துல
வயிறு நிறையவில்ல...

அப்பாவுக்கு ஒருவாய் தாயேன்டி
அடிவயிறு கத்துது
நெஞ்சுக்குள்ள..
ஆசை ஆனாலும் பரவால...
தேத்திக்கறேன்..
அவங்க தின்னாலே போதாதா
ஒத்துக்கறேன்....
ஆறுதல் படுத்த என்ன செய்வேன்
ஆத்தாளோட உண்டியலை
உடைக்க பாக்கேன்...

உடைச்செடுத்த
உண்டியலும்
உப்புக்கும் உதவாதே
உண்மையில சொல்லப்போனா
உண்டியலும் உருகாதே..

ஏதேதோ சட்டம் போட்டு
ஏழ்மைய விரட்டியாச்சு
ஏன் இன்னும்
என்னப்போல
ஏழைய ரோட்டோர குடிசையில
விட்டாச்சு..

குடிக்கெல்லாம் காவி கட்டி
குடமுழுக்கு செஞ்சாச்சு
குடிக்க கஞ்சியில்ல பல
குடிமுழுகி போயிருச்சு..

வெரசா காலையில
வேர்வை தண்ணி குடிச்சுப்புட்டு
வேகாத வெயிலிலேயும்
மண் சட்டி தூக்கிக்கிட்டு•••
மாடி மேல மாடி கட்டியும்
எங்க மடி நிறைக்க பத்தலீங்க..
ஓடுர இரத்தமெல்லாம்
ஒருவேளை கஞ்சிக்கு போதலீங்க..

ஏதோவொரு நோயிவந்து
எங்க உயிரு போயிடுமோ..

இல்ல..இல்ல எங்களால
உங்க உயிரு போயிடுமோ...

ஏனோ
நாங்களும் ரோட்டோரமா
எங்க உயிர காப்பாத்த போராடுறோம்..
எங்க உயிர காப்பாத்த
வயித்துக்கு ஏதாச்சும்
போட்டுப் போங்களேன்..
எங்க ஊரே...
என் இனத்தாரே..

நாங்கள் நாளைக்கு தானிருந்தா
உங்க வேலைக்கு உதவியா தானிருப்போம்..
எடுத்து வளர்க்கும்
நாயிக்கு வீடிருக்கு..
எங்க துன்பத்தை போக்க
யாரிருக்கா...

16. வீதிக்கு வீதி...கொரோனா

ஊருக்கொரு பகுதியுண்டு
பகுதிக்கொரு தகுதியுண்டு
படித்த இளைஞர் படையுண்டு..

ஏன் கூலிக்கு ஆசைப்படும் ஆசிரிய
கூட்டத்திற்கே வாய்ப்பளித்தாய்
கூடிப்பேசி குடிகெடுத்த
கூட்டத்திடம் அதிகாரம் ஒப்படைத்தாய்..

வீதிக்கொரு தொண்டன் கொண்டு
வீட்டுக்கொரு வேளை கண்டு
மருந்தளிக்க முடியாதா
மனைக்கு மனை விருந்தளிக்க முடியாதா..

வேலையில்லா பேருந்தை
தெருவோரம் நிற்கவைத்து
அவசர ஊர்தியாக்க கூடாதா
அவதிகள் குறைக்க கூடாதா..
அவசர மருத்துவமனை
ஆங்காங்கே இருத்தலாகாதா..

மருத்துவப்
படிப்பின் இறுதியில்
பணி செய்ய காத்திருக்கும்
படை கொண்டு எழுப்பக்கூடாதா

அவருக்கு மருந்திடத் தெரியாதா..

மாளிகைகள் கொட்டமிடும்
மண் வீடுகள் என்ன செய்யும்
மளிகைச் சாமான்கள்
மனை கொள்ளும் மற்றவைகள்
ஏன் வீட்டோடு இலவசமாய் வழங்கக்கூடாதா
அதை அரசே செய்தல் ஆகாதா..

இரண்டாயிரம் என்ன செய்யும்
இறப்பின் கணக்கை
சேவைதானே சரி செய்யும்..
தினசரி உணவு கொடுத்து
திருட்டின்றி பணி செய்தால்
திராவிடம் கொண்டாடும்
ஒருநாளும் உருவாகும்.....

வீதிக்கொரு அடுப்புவைத்து
விதி கொல்லும்
சித்தமருந்தும் கொண்டு
பிணி விரட்டக்கூடாதா..
அதை இன்றே செய்தால் ஆகாதா..

வேலைக்கு கூலி கேட்டு
கொடி பிடிக்கும் கூட்டம் ஆங்கே
கொற்றவன் கண்டிடுமா
கொள்கையின்றி பணித்திடுமா..
இவருக்கு பணம் தானே
பிரதானமாய்..

இளைஞர்கள் கையில் கொடு
இடைவெளி இருக்கும்வரை
இடம் கொடு..
இன்ப துன்பத்தை பாராமல்
இனிக்க பணியமர்த்தி பாடுபடும்.

கொள்ளை நோய் கொன்றிடவே
கொடிபிடிக்கா கூட்டத்தை கூட்டிடுவோம்
கொன்று புதைத்தது போதும்
இனியாவது திருந்திடுவோம்...

17. நாங்கள் தமிழர்கள் ..

நெருப்பு பிழம்பொன்று
நெஞ்சுக்குள் எப்போதும்
நேரத்திற்காய் காத்திருக்கும்..
நெஞ்சுரத்தில் துணிவு கொண்டால்
நேரெதிரே தொட்டுப்பார்
நாங்கள் தமிழர்கள்
நாம் தமிழர்கள்....

உழுவதும் உழைப்பதும்
தலையெனக் கொண்டோம்..
ஊன்றுகோலினோடு வந்தாலும்
உழையாமல் உண்ணோம்..

பெண்ணுக்கும் மண்ணுக்கும்
ஆசையும் கொள்ளோம்..
எம்(ம)பெண்ணை தொட்டால்
மகேசனையும் கொல்வோம்...
மாற்றான் மல்லிகையை
மனதாலும் தீண்டோம்..
மனதார தீண்டியவற்றை
மண் தின்னும் வரையும் காப்போம்..

மதிப்பும் மரியாதையும்
மறந்தும் கேள மாட்டோம்..
மதியாதார் மண்ணோடே
மறந்தும் கால நீட்டோம்..

குளவிகள் போலே தேனுண்டு
கூடியே பகைப்போம்..
குடி கேட்டு வந்தால்
குடிப்பதையும் கொடுப்போம்..

கூத்தடிக்க மட்டுமே
பறையிசைக்க மாட்டோம்..
பறை பள்ளு இன்றி
இப்புவி மங்க மாட்டோம்..

புவியை புதிதாக்க
புதுமை பல படைப்போம்..
பூமித் தாயின் மார்பை
பசிபோக்க மட்டுமே பயிற்போம்..

எச்சொல்லும்
என் நா உண்ணும்
என் வயிறு வீழ..
என் தாய்த்தமிழ் தவிர
உண்பதில்லை
உயிரோடு வாழ•••

பாரத நாடே எங்கள்
உயிர்கூடு•••
இங்கே
குருவிகளும் வாழ்ந்திட
கட்டிடுவோம் ஒரு வீடு..

கவனமாய் கையாண்டால்
தமிழும் நாவோடு இனிக்கும்..
தவறியே நீ ஆண்டால்
தமிழகமே கருவறுக்கும்...

18. தமிழம்மா...

கருக்கொண்ட உயிர் நீயே
கருவிழிகள் தந்தாயே
கற்றதை நான் தின்று

கற்பனையெல்லாம் கவியில்லை
கரு மட்டுமே கவியென்றாயே
என் தாயே......

காதலடி உன் மீது
என்னை கருவறையில்
சுமக்காத தாய் உன் மீது....

கண்விழித்து நான் நடக்க
கருவிழியானவளே
காலனின் கைகளை
கரம்பற்றி கட்டுப்போட்டவளே....

கண்ணனின் கண்களுக்கு
கதைபேச கற்றுத் தந்தவளே..

என் அம்மா
விதையாவாள்
விருட்சமாய் என்னுள் கவியாவாள்..

இலங்கை கடந்தே இருதயம் நிறைந்தவள்
இலக்கை கடக்கும் இருதயம்
கொண்டவள்..

என்றாவது வென்றிடுமாம்

உன் தமிழும் என்னோடு என்றே

பின்னோடும் கற்பனைகள்
முப்பொழுதும் உன்னோடு இன்றே.....

19. காசு வாங்கி வாக்களிக்காதே...

குறை சொல்லிச்சொல்லியே இங்கே
இன்று
குறை சொல்வதே
குறையாகிப் போனது..
குறை சொன்னோம் நாம் இங்கே
கழுத்துக்கு மாலையாய் சங்கிலியும்
இடுப்புக்கு இரும்பு போன்று தங்கமும் இருவரின் அழகை கூட்டும்
பட்டாடைகளையும்...
குறை சொன்னோம் நாம் இங்கே
காற்றை விற்றாராம்
எல்லோருடைய கழனியையும்
கொள்ளையடித்தாராம்..
குறை சொன்னோம் நாம் இங்கே
குரைத்த நாய்களுக்கு
பதவிகள் தந்தாராம்
பாராளுமன்றமதில் வாரிசுகளுக்கு பதவியும் பெற்றாராம்...
குறை சொன்னோம் நாம் இங்கே
குழி பதிக்க வந்தாராம்
வழிகளை வலியாக்கி
விவசாயம் கொன்றாராம்...
குறை சொன்னோம் நாம் இங்கே
குடிக்க பழக்கினாராம்
குடிகெடுக்கவே குடியை திறந்தாராம்..
குறை சொன்னோம் நாம் இங்கே
காணும் யாவிலும் கையூட்டை
காவல் கற்பழிப்பை
நீதி அலைக்கழிப்பை
கண்கெட்ட போதில் தான்
காரணங்கள் நாம் கண்டோம்...

குறை களைய ஒருவாய்ப்பு
உன் முன்னே வந்திடுமே
உன் விரலில் கருப்பு வைத்தே
கதறியே அழுதிடுமே...
நீதானே என்ன செய்தாய்
குடித்து வலி மறைத்தாய்
குடிக்கு வழியை மறந்தாய்
குத்தகைக்கு நாட்டைவிற்று
குடிமகனாய் வாழுகின்றாய்..
பின்னர் குறை மட்டுமே
ஏன் சொன்னாய்
காசு தின்னும் பிணமே நீ..
வாக்குக்கு காசு வாங்கி
உன் வாரிசின் வாழ்க்கையை அடகு வைத்தாய்..
கத்தி மட்டுமே கரையாது
உன் பாவம்
கறை வேட்டிக்கும் தெரியாது..
நீ கண் விழித்து பார்க்கும்வரை
உன் கவலை தீராது..
கவனமாய் வாக்களி
காசு வாங்கி வாக்களிக்காதே...

20. நாடு கெட்டது..யாரால..

வலிக்கிறது மனசு
வாயாலே வடைசுடும்
ஆளும் கட்சியும்..

வாங்கிக்கொண்டு அடைகாக்கும்
ஆதிதிராவிட படையும்..

ஏனாம் எதற்காம் இந்த வழக்கம்
ஐந்தாண்டு முடியும்வரை
ஆடிக்கொண்டு இருப்பவனை
காசு வாங்கிக்கொண்டு
வேடிக்கை பார்ப்பதோ
நம் நிலைமை
எதிர்கட்சிகளின் கடமை..

கவன ஈர்ப்புதீர்மானமாம்
கவனிக்கும் வரை..
காலக்கொடுமை அல்லவா..

நீட்டுக்கும் நீட்டினோம்
வெள்ளைக்காகிதமதை விளம்பரத்திற்காய்
விடை கிடைக்காதென தெரிந்தும்
வீதியில் நின்று கத்துது ஒரு கூட்டம்..

காலம் வந்ததும் காசை வாங்கி
கூட்டணிவைக்கவா கத்தினீர் என
கேட்க வக்கில்லை வாக்காளனுக்கு அவனோவயிறு புடைக்க குடிக்க-
வும் பிரியாணிக்கும்
கையேந்தி சண்டையிட்டான்

கழகத்தின் கூட்டத்தில்..

பிச்சைக்காரர்களா
ஒருவாய் சோற்றுக்கு என் தமிழை
அடகு வைத்தீரடா..

அதிகாரம் இருப்பதால் அடிக்கும்
கூட்டமோ
அவசியம் தான் மறக்கிறது
மானத்தை கேட்கிறது
தன் வயிற்றை நிரைக்கவே
வாக்கு கேட்டு வருகிறது..

வலிக்கிறதடா தமிழர்களே
பலர் மானங்கெட்டு
மண்டியிடுவது..

தமிழா உன் தம்மானம் எங்கேடா
தாயை வேசியென்கிறான்
புதிதாய் ஒருத்தியை
உன் அன்னை என்கிறான் நீயோ

அவன் கையோடு கைகோர்த்து
அரியணை கட்டிலை காப்பாற்ற
அவமான சின்னமாய் நிற்கிறாய்..

அசிங்கமடா
தமிழ் மக்கா
கழத்தை மறந்து ஒருமுறை
தமிழகத்தை நினைப்பீரா...

இந்த நாடு கெட்டது யாரால

நாசமாப் போன நம்மால...

21. ஈவ் டீசிங்..

என் மகள்
கை பற்றிய
அவன்
குரல்வளை
கடித்து..குருதி குடிப்பேன்..

அவன் கைகளை
வெட்டி எறிவேன்...

அவன்
நா எரித்து
சாம்பலாக்குவேன்....

உடலை துண்டுகளாக்கி
என் வீட்டு
நாய்களுக்கு
இரையாக்குவேன்..

என் மகள் விருப்பமின்றி..
விஜயனே தொட்டாலும்..

அவன் தோலுரிப்பேன்..
நான்..
தமிழ் இன மானப்பெண்ணினம்..

22. விவசாயி காவலாளி ஆனான் ..

கற்பனைக்கு பஞ்சமில்லை
கண்ணுக்கு
கண்ணீர் துளிகள் மிச்சமில்லை..

அடிவயிறு துடிக்கையிலே
ஆவியா நீர் சுரக்கயிலே
இமைக்க மறந்து விட்டேன்
இமைப்பொழுதும்
உழைக்க மறக்கலையே...

நாளெல்லாம்
வேர்வையில மரம் வளர்த்தேன்..
வெளைஞ்சதை
அறுத்துப் பார்த்தா
அடி வயிறு நிறையலயே...

பக்குவமா
நாத்து வாங்கி..
பருவம் தவறாம
நடுகையிட்டு...

மண்புழுவை
தின்னுப்புட்டு - என்
மனம் நோகாம
மகசூலா வளர்ந்திருச்சு
நாவுல இனிக்கவும் கூடிருச்சு....

மாசமும் ஆறு போயி
அறுவடையும் கூடிப்போயி

அரசாங்கம் சொன்ன கூலி - என்
கண்ணையும் தின்னுடுச்சே
மண்ணள்ளி போட்டுடுச்சே.....

கடன்காரக்கூட்டமோ
கழனியவும் கேட்குதே...
வெளைஞ்சத கொடுத்தாலோ
உடுப்பையும் கேட்குதே...

மானமுள்ள மண்ணுங்க
என் மனசையும் தின்னுடுச்சு..
இதுக்கு
மண்ணு தான் காரணமா...
மக்கா
நீங்கள் இல்லையா...

மழலைக்கு பாலோட
கலந்திடும்
என் கரும்பே...
என்ன கருவருத்து போயிடுச்சு..
விவசாயம் வெளிநாட்டுக்கு
ஓடிருச்சு...

வெந்ததை தின்னுபுட்டே
விதி வந்தா சாவோமுன்னு
நானும்
மிடுக்கா சட்டைபோட்டேன்..
இப்போ
வாசல் கதவு தொறந்தே
சலாம் போட்டேன்...

போங்கய்யா...
பொழப்பு போச்செனக்கு...

ஒருநாள் உங்கள்
உசுரபோற வலிதெரியும்...
அன்னைக்கு
என் வலிபுரியும்...

23. ஆணவம் கொள்...

அதிகாரம் பெற வேண்டும்
ஆணையும் நானே பெற்ற
பெருமை வேண்டும்..

ஆட்சியில் பங்கு வேண்டும்
ஆணாதிக்கம் களைய வேண்டும்.

கற்புக்கு இலக்கு வேண்டும் - அது
கண்ணால் கரைவது இல்லை - என
உணர்த்த வேண்டும்..

காமம் கொல்ல கைகள் வேண்டும்
காமனை கழுத்து கயிற்றோடு மட்டுமே
கட்ட வேண்டும்..

பேதை பிஞ்சுகளை காக்க வேண்டும்
பேனா முனைகொண்டு
பேரறிவால் வெல்ல வேண்டும்..

சட்டமும் திட்டமும்
சமமாய் வேண்டும்..
சாதியில் முதலாய்
பெஞ்சாதி வேண்டும்...

அழகு தமிழாய் வாழ வேண்டும்
அந்த தமிழின பெருமை
தாயாக வேண்டும்..

தாயும் தாரமும்

மணக்க வேண்டும்..
அந்த மலரை நீரூற்றி
மங்கையரே வளர்க்க வேண்டும்...

மாற்றம் என்பது மடமையம்மா - அதை
மாற்ற வேண்டியது நீயம்மா..

அசாத்தியம் என்று ஏதுமில்லை
அது தேவைக்கு
முன்னால் இருப்பதில்லை...

முந்தானை கொண்டு
ஆணை மூடு மகவாய்..
உன் குரல் கடித்தால்
ஆண் அவத்தை மூடு மரணமாய்..

24. என் பள்ளியும் தாயே..

தாய்...

உன்னை
நினைக்கும்
போது
முதலில்
நினைவில்
வருவது
என் அன்னை முகம்...

உன்னைக்
கடக்கையில்
தோன்றும்...நீயும்
ஒருநாள்
என் தாய்க்கும் மேல்தானென்று...
ஆனால்

எனக்கு மட்டும்
ஏன்
தோன்றவில்லை.
என் தாயைப்போல்
உன்னையும் கட்டிக் காப்பாற்ற...

உனக்கு
உயிரில்லை என்பதாலா..இல்லை..
இல்லை..

நீ தான் எங்களுக்கு
உயிர் கொடுத்தவள்.

பின்பு ஏன்...

தெரியவில்லை...

நீ
எங்களை
பேச வைத்தாய்
படிக்க வைத்தாய்
ஓட வைத்தாய்
ஆடவைத்தாய்
ஒருநாள் இந்த உலகை ஆளவும் வைத்தாய் - என்
தாயிக்கும் தாயானாய்..என் தாயே..

என் அருமை
அரசு
ஆரம்ப பள்ளியே...

இனிமேலாவது
உன்னையும்
கட்டிக்காக்க
வேண்டுமடி...

உன்மடியில்
எங்களைப்போல்
நாளைய சந்ததியும்
வாழ வேண்டுமடி...

என் அரசாங்க ஆரம்ப பள்ளியே..
நீ இல்லையேல் இன்று
நாங்கள் இல்லை...
இவ்வுலகில்..

உன் தசையற்ற
உடலைக்கண்டு
வாடி நிற்கின்றோம்..

உன்னைக்காக்க
போதிய
சக்தியில்லாத ஜீவனாய்...

25. சிறைச்சாலை சிறப்பான கவனிப்பு...

சூனியமாய் வாழ்க்கை
சுற்றிடும் சக்கரங்கள்
சூழ்நிலைக்கைதிகளாய்
நாம்....

விலங்கிட்டோ ஆங்கே
விடுதிகளில்
வீட்டிலில்லா சுகம் காணும்
கேடுகெட்ட வழக்கம் இங்கே..

கூலோடு கஞ்சியோ
குடிக்க அரசின் அரிசியோ..
தீபாவளியோ திருமணமோ
திடமாய் வீசும் கிடாக்கறியோ
வீதியிலே நமக்கு.....

வாரம் தவறாமல் கிடைக்குது இங்கே
கழுத்தோடு சங்கிலி பறித்த
சண்டாளருக்கு..

சாதி வெறியோடு
சாமானிய மனிதனை அங்கே
சாம்பலாய் மாற்றிவிட்டு
சாதித்த கரைகள் இங்கே
கூத்தாடிக்கிடக்கிறதாம்
வண்ண தொலைக்காட்சியோடு..

சிறைக்குள்ளே சொகுசாம்
சிரித்து மகிழும் திரைப்படமாம்
வெளியே வேகுது வெயிலாம்
சொன்னவரோ பலரிருக்க..

இதுவா தண்டனை
தனித்தனி வாடகையில்லா
வாழ்க்கையா தண்டனை..

கொல்லணும்னு தோணும்போதே
சிறை வாழ்க்கை சொகுசாக தோணுதம்மா..

ஏன் அவன் அழவில்லை
தலை தாழ்ந்து மானமிழக்கவில்லை
காற்றிலே கையாட்டி
முத்தத்தை காற்றிலே
பறக்கவிட்டான்..

கம்பிக்கு வெளியே
கண்களோ
கடமை முடிந்த திருப்தியில்...

ஏனிந்த கேலிக்கூத்து
இந்த கேடுகெட்ட தேசமதில்..

குதூகலமே தண்டனையா
குடிக்க கஞ்சியில்லா காளைகளுக்கு
ஆங்காங்கே வந்துபாரும்
மதுவோடு வழி மறைக்கும் கூட்டங்களை..

கை நீட்டி காசுவாங்கி
கழுத்தை அறுக்க காத்திருக்குது
கூட்டங்களாய்...

இது குற்றமாய் தோன்றவில்லை
அவருக்கு கூலிக்கு வேலை இதுவாம்..

நிரபராதி விசாரணையில் சாவதும்
சிறைபட்டவன் சிரிப்பதும்
என்ன வென சொல்வீரோ...

குறையை களையுங்கள்
கண்டோரே. .இதற்கு தான்
காவல்துறை உங்கள் நண்பன்
என சொன்னீரோ...

26. புரியாமலே போச்சு...

தமிழனால்...
இரவலாய் கேட்க முடியாதது
தன்மானமும்
தமிழனின் வீரமும்...

இரவலாய் கொடுக்க முடிந்தது
தமிழக ஆட்சியும்
தமிழின் மீட்சியும்...

இரவலாய் மட்டுமே கேட்டுக் கொண்டிருப்பது

ரேசன் அரிசியும்
அரசின் பதவியும்....

உனக்கு உன் உரிமைகள்
தெரியாதவரை
தேவைகள் தெரியாது
அதன் தேவையும் புரியாது..

27. உழவன்..

உழைக்கத் தெரிந்த
உழவனுக்கு
கிழவனாகும் வரையும்
தெரிவதில்லை...
அவன்
உழைப்புக்கான கூலி....

அதனால் தான் -
ஏனோ
உழவர்கள்
கடைசிவரை
உழைத்துக் கொண்டே
சாகிறார்கள்...

மற்றவர்கள்
ஓய்வூதியம் கேட்கிறார்கள்..

28. அரசியல் விபச்சாரம்....

பிரச்சாரம் இங்கே விபச்சாரமாய்
நான் காசு தருகிறேன் காதலி என்றே
கதறும் கரை வேட்டிகள் கண்டீரோ..

நான் என்ன செய்தேன்
என சொல்லாமல்
எதிரிருவர் ஊழல் சொல்லும்
உண்மையை காணீரோ...

கழனியெல்லாம் கட்டிடங்களாக்கி
குளங்களெல்லாம் குளிர்மாளிகைகட்டி
கூவானூரில் கூத்தடித்த கொடுமையை மறந்தீரோ...

இலவசமாய் வீடு தந்தேன்
வீட்டிற்கு வாடகையை
மின் கட்டணமாய் வசூல் செய்தேன் காணீரோ...

இலவசமாய் தொலைக்காட்சி தந்தேன்
இலவச மருத்துவம் தொலைதூர காட்சியானதை காணீரோ..

இலவசமாய் வாகனம் தந்தேன்
அதன் கட்டணத்தை எரிபொருளாக மாற்றி கடனும் தந்தேன் காணீரோ..

எட்டுவழிச்சாலை தந்தேன்

ஆங்காங்கே சுரண்டும்
சுங்ககட்டணம் காணீரோ..

இலவச தொகுப்புகளுக்கு கை நீண்டீரோ
இலவச குடிநீர் காணீரோ...

இலவசம் என்று இங்கே ஏதுமில்லை
இது இரத்தம் உறிஞ்சும் தந்திரம்
என அறிவீரோ..
அறிந்தே பிழை செய்யும் அறிவீனரே...

அறிவிப்பும் வரும் ஒருநாள்
அரசியல்வாதி வாங்கிய கடனுக்காய்
உன் மானம் அடகுவைக்கப்பட்ட சேதி....

29. ஊருல பள்ளிக்கூடம் பத்திரமா இடிஞ்சிருச்சு..

ஏதோ மனசுல வலி
என்னானு புரியிதுல்ல..
என்னால என்ன பண்ண
முடியும்னு தெரியவில்ல..
ஊருல பள்ளிக்கூடம்
பத்திரமா இடிஞ்சிருச்சு..
அதனோரம் நூலகம்
அதுவும் பாதுகாப்பா உடைஞ்சிருச்சு..
சேர்த்துவைச்ச
சுஜாதாவும் சுண்டெலியும்
புழுக்கையோடவே நனைஞ்சிருச்சு
புதுசா ஒண்ணு வாங்கணும்னு
மனசு கெடந்து வேவுது
விளங்காத ஒண்ணத்தின்னு
வயிற்றோடு மல்லுக்கு போவுது..
மனசுக்கும் மடிக்கும்
வயித்துக்கும் வயசுக்கும்
வாய்க்கால் தகறாறு
வாய் ஒண்ண சொல்ல
கால் வேறொன்ன தேடி ஓடுது..
கனவோட வாழ்ந்திருந்த
கருப்பு தங்கம் நெருப்பாச்சே
மனசோடு எரிஞ்சாச்சே
என்னாத்த நான் சொல்ல
ஏதாவது செய்யணுமே
என்ன வைச்சு எழுதணுமே
அதையும் அங்கே புதைக்கணுமே
அதுக்குள்ள பலரும் மூழ்கணுமே

அதுக்குள்ள என்னாசை நனைஞ்சிருச்சே
நாதியத்து என் பொழப்பு விளைஞ்சிருச்சே
அறுவடையெல்லாம் அம்மியோடே
அவிஞ்சிருச்சே
அப்பிக்கிச்சே..
ஆரலையே எம்மனசு
ஏதாச்சும் செய்யணுமே
என் ஊரு நூலகத்தை காக்கணுமே...
என் ஊரு பள்ளியையும் புதுசாக்கணுமே
முன்னமே தெரிஞ்சிருந்தா
இது நடக்குமுன்னு புரிஞ்சிருந்தா
நான்
மூணாவதா பொறந்திருக்க மாட்டேனே
மூளைகெட்ட அப்பனுக்கு
பொறந்திருக்க மாட்டேனே
முடிஞ்சவரை போராடி
முன்னேறி இருப்பேனே..
முதலும் முடிவுமா அழுதிருக்க மாட்டேனே
முடிவு தெரியாமலே
இப்படி முடிச்சிருக்க மாட்டேனே...

30. காசு மாலை...

கண்ணாளா..

கோடி கோடியாய்
பணம் வேண்டும்..
என் கண்ணசைவை
நீ காண..

பட்டு வண்ண துணிகள்
பாலாடை பருவங்கள்
வெட்டி எடுத்த வைரங்கள்...
எதுவும்
ஒப்பில்லை...
என் அதரத்துடன் நீ கூட...

என் மாராப்பு
சேலைக்கே உன் அம்மா
என்னிடம்
மடிப்பிச்சை கேட்கணும்..

என் பள்ளிக்குள்
நீ நுழைய
முதலில் எனக்கு
பணிவிடைகள்
செய்யணும்...

அதை விட்டு..

.

நீயோ பிச்சைக்காரன் போல
என்னிடமே
பணம் கேட்கிறாய்..
என் கழுத்தில் மாலையிட....
மானங்கெட்டவனே...

எனக்கு திமிர் தான்
என் திமிரான அழகை கொள்ளையிட
உன்போல்
ஒரு கோழை
மணவாளனாக
வரத்தேவையில்லை...

போ வெளியே..

31. தலைமை கொள்...

கணவன்
கொட்டிய
வார்த்தைகளை
கோர்த்து வைத்து
மாலையாக்கி...தன்
கழுத்தில் சூடும்...

மனைவிக்கு தான்
தெரியும்.. அது..
தன் மனதை அல்ல...

மக்களின் வாழ்க்கையையும் பாதிக்குமென்று...

கோபவார்த்தைகளை மறப்பாள்..
மன்னிப்பாள்...

தன் குழந்தைகளுக்காக..
தன் குடும்ப நலனுக்காக..
அவளே
பெண்ணாம்...
குடும்பதலைவியாம்...

எங்கள் குலப்பெருமையாம்...

ஆணிணத்தின் அடிமையல்ல..
நாங்கள்
ஆணிவேர்...

நானின்றி நீ இல்லை...

சிவமே.....

32. புகைப்படமொன்று ......

புகைப்படமொன்று
ஏதோ பார்க்கையில்
என்னையே பார்ப்பது போல
எனக்காகவே வார்த்தது போல..

ஒருநொடி சலனமாய்
சந்திப்பில் சந்தேகமாய்
சந்தித்ததில் சிந்தனையாய்
சிந்தையில் சிறகாய்
சிறகடிக்கும் மனதோடு நினைவாய்..

ஏழு வண்ணங்களை
வாழையில் குழைத்து
வகைவகையாய் நெய்விட்டு செய்த
பண்டம் போல
பால் போல - (கண்)
பாவையை நிறைக்கிறது.

பாதி பார்க்கையிலே
மனம் ஏதோ ஒன்றை இழக்கிறது
மண்டைக்குள் மமதை
மார்பற்றி எரிகிறது
மாந்தையை எரிக்கிறது.

பசியோடு பாலாம்
பட்டினிச்சாவில் பாலிருக்க
படுக்கை எங்கே புசிக்கிறது
பருவம் அங்கே மறுக்கிறது
பண்ணையத்தில் உயிர் பிறக்கிறது

பாதி தின்ற பகல்
பாழாகி வீணாகிறது..

என்ன கொடுமை விந்தை இது
உழுதவன் அழறான்
உண்பவன் தொழறான்
எவனோ ஒருவன்
ஏய்த்தே கொழுக்கிறான்
கொண்டாடுறான்
கொட்டமடிக்கிறான்...

இவர்களை காணனும்
இன்றோடே கரைக்கணும்
இயலாமை கொன்றே
இனம் வெல்லணும் வாழணும்..

33. தாயும்..சேயும்..

கொரோனாவில் ஒரு தாயும் சேயும்..

நான்
பாவம்..என்ன செய்தேன்
சொல்லடா..என் கண்ணே..

உன்னை பெற்றவள்
நானடா..நேற்றுமுதல்..
எனக்கு புத்துயிர்
கொடுத்தவன்..நீயடா..
என் கண்ணே..

உன்னைக் கட்டித்ததழுவி..என்
கட்டிய முலைப்பால் கூடவும்
கூடலியே...உன்னைப்
பெற்ற பாவியாகிப்போனேனடா..
என் கண்ணே..

கம்பனும் இராமனும்
கண்ணாலும் கண்டிராத
காண்டீப கனவுகளடா..நீ..

உன் தந்தையின்
கடைசிநொடி..மூச்சிலும்
உன் எண்ணமே
ஏற்றியிருந்ததடா..
முந்தைய பிற்பகல்
சீனாவின்
கண்பட்டு

காலடி நிலத்திற்கு
கண்ணயராது போரிட்டு
அவன் உயிரை விட்டு..
உன்னைத் தந்தானடா..
என் கண்ணே..

எங்கள்
காதலின் சின்னமாம்..நீ..
இந்த சாதி வெறி கொண்ட
கூட்டத்தின் சந்தனமாம்..நீ..

பத்து வருடங்கள்
நாங்கள் பெற்ற
மாதவத்தின் மகத்துவமே..
என் கண்ணே..

இந்த கொடூர நோயுடன்
நானிருக்கும் வேளையிலா..நீ
என்னை ஈன்றெடுப்பாய்..என
நீ கதறி அழும் போதெல்லாம்..
என் கண்ணும் கலங்குதய்யா..
என் கண்ணே...

அந்த கடவுளையும்
கேட்டிருக்கேன்..இந்த
பூவுலகில் உன்னையன்றி
எனக்கு வேறு நாதியில்லை..
என்னுயிரை
எடுத்தாயானால்
உன்னைப்போலொரு
மானங்கெட்ட கடவுளை..இந்த
மண்ணுலகம் மதிக்கவே மதிக்காது..
உன்னை எச்சரிக்கிறேன்..கடவுளே...

உன்பெயரை
நீ காப்பாற்றிக்கொள்..

என்னுயிரை எடுத்திடாதே..
என் மகனும் அனாதையாவான்..
உன்னைப்போலே...
கற்சிலையாய்...
கடைசிவரை வாழ்ந்திடுவான்..
வேண்டாம்..
உயிர் பிச்சையிடு.....

34. உழைக்க உறுதிகொள்

வெல்லும் சொல்லை
விற்பனை செய்யாதே..

கொல்லும் சொல்லை
அறுவடை செய்யாதே...

உன்னைப்போல்
பிறரையும் நேசி..
உலகம் சொல்வது
உண்மை தானா யோசி...

வாழ்க்கை வசப்படும்
வானம் தூரமில்லை
வியர்வை வாசனை தேடு
அதில்
பூக்களின் வாசனையாகும்
உன் வாழ்க்கையில்
மாறும்
மாற்றும்...

உழைக்க உறுதிகொள்
உறுதியாய் வெற்றிகொள்...

35. விசுவாசிகள்... நாங்கள்..

என் வலி தெரியுமா
உனக்கு ...
ஆற்றல் புரியுமா உனக்கு
என் விசுவாசம் தெரியுமா உனக்கு..

நானும் விடியும் முன்னே
உனக்காக எழுகிறேன் - பலநாள்
பசிக்கும் வயிற்றை ஆறப்போட்டு பட்டினியோடு உழைக்கிறேன்...

சிந்தையில் நித்தமும்
சிதறிய கவனத்தை
சிரம் தாழ்த்தியே பணிசெய்கிறேன்...

ஆயுளைப் பாதியாய் குறைக்கும் காற்றையும் அலுவலக பேச்சினூடே சுவாசிக்கிறேன்..
உடலையும் கெடுக்கிறேன்
உயிரையும் கெடுக்கிறேன்
நித்தமும் உயிராக
உனக்காக உழைக்கிறேன் ....

என் வியர்வை தெரியுமா
உனக்கு...
வியர்வையின் வாசனை
தெரியுமா உனக்கு ....
என் முகம் அது
தெரியுமா உனக்கு .....

ஒவ்வொரு நொடியிலும்
ஒவ்வொரு வேலையிலும்

உன் காசை காப்பாற்றவே
கடினமாக உழைக்கிறேன்.....

உனக்கு ஏனோ
எங்கள் மேல் கரிசனம் இல்லையோ லாபத்தை மட்டுமே பார்க்கும் நீயோ இலட்சியத்திற்காக உழைக்கும் எங்களை பார்ப்பதில்லை ஏனோ...

விடியலை கணக்குப் பார்க்கும் உனக்கு
ஏனோ விடிய வைத்தவன்
முகம் தெரியவில்லை ....
உன் போல் தானே
எனக்கும் பசிக்கும்....

நேற்று சம்பாதித்தாய்
இலாபம் கொள்ளை பெற்றாய்
இரும்பு பெட்டிக்குள் பூட்டினாய்.....
என் வியர்வையில் விளைந்ததே அது...

இன்று கஷ்டம் எனக்கு
கொடுக்க மனமில்லை உனக்கு -
என் விசுவாசமே நஷ்ட கணக்கு...

லாபத்திற்கு மேல் லாபம் - நீ சம்பாதித்தது
யாருடைய உழைப்பு - அந்த
லாபத்தில் நிறைந்திருக்கும் - என்
விசுவாசத்தின் பொறுப்பு ....

கூட்டி கழித்துப் பார்
விசுவாசத்திற்கு சம்பளம்தான்
கூலி என்பாய் - நான்
சம்பளத்திற்கு மட்டுமே
வேலை செய்திருந்தால் என்றோ - நீ சாக்கடைக்குள் போயிருப்பாய்...

முதலாளியே
முடிவு உன் கையில்
தொழிலாளி இல்லையெனில்
உன் ஒருகாசு பத்தாகாது - நீ இலாபத்தை கையிலேந்தியே
நடமாட முடியாது....

உங்களுக்கு கொடுக்க மனமில்லை
எங்களுக்கு எடுக்க மனமில்லை - பொறுக்கும் வரை
உங்களுக்கு தொல்லையில்லை...

போதுமடா...
மானிட பிறவியே...
உழைப்பு என் கையில்
இருக்கும் காலம் வரை - என்
உழைப்பே என்னை உயர்த்தும் - உன் உண்டியல் எனக்கு தேவை-
யில்லை..

உதிரம் சிந்தும் உழைப்பாளி
உனக்கு எங்கே மனுநீதி....
அடிமைபோலே உழைக்கிறோம்
ஆள்பவனோ கொழுக்கிறான் - நீ
உண்மை என்றறிவாயே..
உழைப்பின் மதிப்பை யாரறிவாரோ...

36. அன்பு எங்கே....

உணர்கிறேன் நான்
அடி வயிறு பற்றும்போதும்
ஆநிரை கத்தும் போதும்
குருவிகளின் கூச்சலின் போதும்
காகம் கவளம் நிறைக்கும் போதும்...

தேடறேன் நான்
அடியில் பெண்பிஞ்சை பற்றும்போதும்
வாக்காளன் கதறும் போதும்
வழக்குறைஞரின் கூச்சலின் போதும்
பணம் கல்லறை நிறைக்கும் போதும்...
அன்பு எங்கே என....

37. கருணை கொடு...

எனக்கு வாழ
பிடிக்கல ...ஆனா
உனக்கு முன்னாடி சாகவும் பிடிக்கல..

உனக்கு முன்னே
நான் போனால்
நீ தாங்குவியா....இல்லை
கவள சோற்றுக்கு
கையேந்தி நிப்பியா....இல்லை..

கருணையை கையேந்தியே - அந்த கடவுளையும் கேப்பியா...

இப்பவே இல்லாத கடவுள்
நாளைக்கு கருணையா
வந்துருமா....
உன் கவலைய போக்கிடுமா..

மனசு மருகுதே
ஏதோ ஒன்னு சொல்லுதே...

நினைப்பு ஏனோ
நித்திரைக்கு போகுதே..
நித்தமும் நீதானே - என் உசுருன்னு
கோட்டைகட்டி வாழ்ந்திருந்தேன்..

நீ ஒத்த வார்த்தை சொல்லி புட்டே
என் உயிர் கயிறு
அருத்துப்புட்டே....

போடா என்ன வாழ்க்கையின்னு
நானும் தனி பொணமா போயிடுவேன்
இல்லை..
உன் கண்ணு எட்டா
தூரம் மட்டும் நானும்
அந்த காத்தப்போல
மறைஞ்சு வாழ்ந்திடுவேன்..
கவலை என்னைக்
கொல்லுதடா கருப்பா
நல்ல வழி சொல்லமாட்டியோ...என் கண்ணீரை தொடைக்கமாட்-
டியோ..

அன்பில்லா இந்த
உலகத்துல நானோ..
நாயாகூட பிறந்திருக்கலாம்...
நான் என்ன பாவம் செய்தேனோ
இந்த மனுஷனா
பொறந்து தொலைச்சேனே..

மண்டைய
மண்ணு தின்னும் காலம்வரை
வாழணுமே...
பசி தீர்க்கணுமே..

செடிக்கு வேர்வை துளி
பிடிக்கலையோ....
என் கண்ணீர்துளி
புடிச்சிருக்கோ..
துன்பமடா கடவுளே...
நீ இருப்பது உண்மையின்னா..
என் வலியை புரிஞ்சுக்கோ..

எனக்கு வாழ விருப்பமில்லை...

என்ன கருணை இல்லாமல்
கூட்டிப்போ ...
அவன மட்டும்
கருணையோடு பார்த்துக்கோ...

38. தலைவிதி

கவிதை பிறப்பின்

கடினம் தெரியுமா - அதை
கவிதையில் சொன்னாலும்
உனக்கு அது புரியுமா...

கருத்துகள் கவிஞனின்
கண்ணைப்பறிக்கும்
காமனும் கவிஞனின்
மண்டையில் முளைக்கும்...

புருவ மத்திக்குள்
பொருளும் புகையும்
இதயங்களை பிழிந்து எடுக்கும்..
மனம் இலக்கணம் அறியணும்
படிப்பவர் மதி நிறைக்கணும் மனக்கணும்
மாற்றான் தோட்டத்து
மல்லிகை பூவாய்
மலரவே மறுக்கணும்...

ஒவ்வொரு கவியும்
புது மலராய் பிறக்கணும்
ஒவ்வொரு எழுத்தும்
புதுசாய் தெரியணும்
முந்திய பிறப்புக்கு
முந்தியே இருக்கணும்
ஒவ்வொரு நடையும்
முழுமை அடையணும்...

முடி முதல் அடி வரை
மொத்தமும் சுவைக்கணும்..
படிக்கிற மனசு
பற்றி எரியணும்...இல்லை
பகை மறக்கணும் - அல்லது
அடி மனசுல ஆசையோடு
ஆர்ப்பறித்து சிறக்கணும்...

இத்தனை போராட்டமும்
விதியென மனசில்
இடியென இறக்கியே
எழுதுவான் கவிஞன்...

கருத்துப்பிழையோ
வாக்கியப்பிழையோ - இல்லை அவர்கள் வாழ்க்கையே பிழையோ..

காரணம் தேடியே நீ
கருத்துவம் கண்டால்
கண்டும் காணாமல் கடந்து சென்றால்..

கயவன் யாருன்னு
தமிழ்தான் அறியும் ...
தமிழா உனக்கு இதுவும் தெரியும்...

கவிதை பிறப்பது
தமிழ் தாய்மடி - நீ அதில்
சதி செய்வது என் தலைவிதி...

39. தலைமை விதி...

சிறு குறுந்தொகை இருப்பே

ஆட்சிசெய்வதே உன் பொருப்பே..
இரும்பு நெஞ்சில்
இருமாப்புடன்
ஈன்றவள் உன் தாயே
தாய் தமிழே..
உன் சிறப்பு.

நீ
பகலவன் விழிகொண்டு
இருளை விரட்டியே...

நீ காணும் வழியை
கானா நெறியை
கால்நடை பயணமாய்
காட்டு நெருப்பைப் போல்
தீண்டும் யாவையும்
தீயாய் மாற்றடா...

திமில் பிடித்தே அடக்கிய
திமிர் கொண்ட காளைகளா
திராணியை வெளிக்காட்டி
தரணியை வெல்லுங்களா....

ஊனோ
இரத்தமோ
தோலை மறைக்கும் உடையோ

உண்பதுவோ
உடுப்பதுவோ
உன் அடையாளம் இல்லையே
உன்னை அடக்குவது இல்லையே உன்னை அடக்க நினைத்தால்
அடக்க முடியுமா
ஆட்கொள்ளவும் முடியுமா..
நீ அடங்கா காளையடா
தமிழ் மண்ணில் பிறப்பெடுக்கும் புல்லுக்கும் புரிதல் உண்டாம்..

புலனாகா புல்லை
புசிக்கா பசுவுக்கும் பதில் உண்டாம்
வீசும் காற்றும் விந்தையாம்
தலை நீட்டி பகை வந்தால்
பகை முடிப்பது
உன் செயலாம்.....

பகை ஒன்று முளைத்திருக்கு
பணம் தின்றே பிழைத்திருக்கு..
கால் தொட்டே கவிபாடுது
கட்டளையை மறந்தே
மெரீனா போனது..

கத்திய கண்களும் இன்றோ
காசப்பாக்குது..
மனசுல வாழ்க்கை கசக்குது..
நீயே முடிவெடு...
உன் முகத்துக்கு நேரே வரும்
பகை நோக்கி நீயே குரல் கொடு..
இனி உனைகாக்க
உன் விரலே ஆயுதமாம்..
ஆண்டவனும் இல்லை..
ஆள தலைவனும் இல்லையாம்..
கருணையில்லா கடமையே

பணத்தின் அடிமையே
ஆட்சியாம்...இதில்
நீதி எங்கிருக்கு...
வாழு வாழவிடு...இது
நேற்றோடு போயாச்சு..
இன்றோ
நீ வாழ யாரை வேண்டுமானாலும்
எத்தனை பேரை வேண்டுமானாலும்
கொல்லலாம் என்ற
தலைமையே தலைவிதியாம்..

40. அம்மாவை தேடி...

ஆசையா கண்முழிச்சு

அஞ்சு மாசம் ஓடிருச்சு
அம்மா நீ எங்க இருக்கே
இப்போ
உன் ஆறுதல் குரல் கேட்கிறேனே..

நீ அறிஞ்சியோ
அல்லி மலரா நெறிஞ்சியோ
மல்லிகையோ முல்லையோ
வாடாமல்லியோ
அன்பால தீக்குளிச்சி
அடி மனசுக்குள்ள ஒளிஞ்சியோ..

ஏனோ என்னை
பருவவாலிபனா தெரிஞ்சியோ
புரிஞ்சியோ..

இல்லையம்மா
நான் இன்று தான் தவக்கறேனாம்
தத்திப்பேச நினைக்கிறேனாம்
உன் கைவிரல் ரேகை தேடறேனாம்
உன் தமிழுக்குள் வாழவழி கேட்கிறேனாம்..

அம்மா நீ எங்கிருக்கே
ஆசையா நான் கேட்கறேன்..

அந்த

ஆளில்லா அர்த்த இராத்திரியில
தனியா அழறியோ

தனக்காக இல்லாம
தரணிக்காக தொழறியோ

மருத்துவச்சி நீதானே
மனநோயாளி நான் ஆனேனே..
மருத்துப்பேசியாவது போயிடேன்மா..

நான் மடிப்பிச்சையா
உன் மன ஓட்டத்தையே கேட்குறேன்மா..

நீ
நல்லா இருக்கியா
எனக்கு தெரியணும்
நானும்
என் மகனோடு
நிம்மதியாக உறங்கோணும்..

இந்த கைப்புள்ளை
உன்னை தேடறேன்மா..
என் கைக்குள்ள என் புள்ளைய
அணைச்சபடி..

ஒரு வார்த்தை சொல்லிப்போயேன்
இன்னும்
ஒருமாதம் நானும்
வாழ்ந்திருப்பேன்...

எழுத்து அழுதம்மா
ஏனோ
உன் விரலே

ஆறுதலாய் கேட்குதம்மா...

கருவாச்சியே
காரித்துப்பு
இந்த
கண்ணனின் கவிதை
அந்த ஈரத்தில் வாழும்..
வலி மறக்கும்
புது மழலை மழையாய் பிறக்கும்...

நானோ
உன் பெயர் அறியேன்
முகம் அறியேன்
ஆனால்
தமிழாய் உன்னை உணர்ந்தேன்
தாயாக உனை ஈன்றேன்....

உன்னால் இங்கு
நான் பிறந்தேன்..
உன் கருத்துக்காகவே
கவி படைத்தேன்..
அம்மா..
நீ
நல்லா இருக்கியா..
நலமா இருக்கியா..

நல்வாக்கு சொல்லம்மா
நானும்
நல்வாக்காய் மாறணும்..

41. கடவுளிடம் ஒரு கேள்வி...

வசைபாடும் வாழ்க்கை

வளைக்கிறது....
முதுகு தண்டுவடம்
மூளையைத் தின்னும் வரை வலிக்கிறது....

காலை கடன் கடமைக்கு
அழைக்கிறது ...
கடனுக்கு வட்டியும் தலை தின்றே விழிக்கிறது....
வார்த்தையில் சொன்னா
வலிமை இல்லா மூன்றெழுத்து..
வாழ்ந்து பார்க்கவும் வாழப்பிடிக்கா நான்கு எழுத்து...
அடிமேல் அடி வைக்கும்
ஒரு கூட்டம் ...
அழுதாலும் கண்ணீர் வெளியே தெரியாமல் வாழும்
ஒரு கூட்டம் ....
இது தான் வாழ பிடிக்கா
நான்கு எழுத்தோ...
வாழ்வுக்குள் பிடிபட்ட அந்த
மூன்று எழுத்தோ...

கடவுளும் இருக்கின்றானா -அவன் காசுக்குள் மட்டுமே
குடி கொண்டிருக்கின்றானா - இல்லை காசு உள்ளவன் மட்டும்
கடவுளை தத்தெடுத்து வளர்க்கின்றானா..

தறிகெட்டு ஓடுது
கேள்வி கேட்கா மனது... தடுமாற்றங்கள் ஏனோ வருது...

உழைப்புக்கு ஊதியம் இல்லை உழவனுக்கு உணவில்லை

குடிமகனுக்கு குடிக்க நீர் இல்லை காரணம் எதற்கும் காசு இல்லை...

இது யார் செய்த பாவம்
யார் செய்த பாங்கு
யார் செய்த பணம் ...

உழைப்பை எதைக் கொண்டு கணக்கிட்டான்
பணமாக ....
பசியாற்றும் உணவை எப்படி கணக்கிட்டான் பணமாக ...
உண்மை உரைக்கிறது - இந்த உலகுக்கு புரிகிறதா ...

ஒரு கிலோ அரிசியும்
ஒரு ரூபாயும் சமம் என்றால் அரிசிக்குப் பதிலாக ஒரு முறை -
அந்த பணத்தை தின்று பாரேன் ...

இது அரசியலா
ஆளுமையா
அடிமையாக்கியே
ஆளும் வர்க்க சூழ்ச்சியா -
இதைக் கேட்க ஆண்டவனும் இருக்கிறானா ....
இனிமேல் ஆள்பவனும்
கேட்பானா .....

வாயைத் திறந்து கொண்டே
வரும் புதியவர்கள் -
வாய்க்குள் பணத்தை வைத்து திணிப்பதும் - ஏனோ
பிணம் போல ஆகிறார்கள் ....

போதுமடா சாமி -
நீ இருக்கியா - அந்த இடத்தை
முதலில் காமி....

42. குறைகளற்ற மனிதன்..

குறைகளற்ற சொல்

அம்மா...

குறைகளற்ற வார்த்தை
கருணை...

குறைகளற்ற செயல்
அன்பு..

குறைகளற்ற பாடல்
தாலாட்டு...

குறைகளற்ற தேடல்
பசி...

குறைகளற்ற பயணம்
கருவறை...

குறைகளற்ற உழைப்பு
விவசாயம்....

குறைகளற்ற மனிதன்
??????

43. பார்த்துப்போ ...பிரபாகரா..

படைக்கு கிளம்பும் தன் மகனை வழியனுப்பும்...
தாய்க்கும் மகனுக்குமான உரையாடல்... (கற்பனை)

பார்த்துப்போ
பிரபாகரா..
பாதையில் முள் கிடக்கும்..

முள் நெஞ்சில்
துளைச்சிட்டதே அம்மா
அதைவிட
காலொன்றும் பெரிதில்லே...

காலையில் பல் துலக்கி
காலத்தோடு உண்டிடய்யா..

காலனோடு போரிடுகையில்
காலநேரம் கணக்கேதம்மா..

கண் விழிக்கும் நேரத்திலே
கருப்பனை துணைக்களையேன்
என் மகனே..

கருப்பனையும்
நான் தானேயம்மா
காப்பாற்ற போராடுறேன்...

கழுத்துவரை பகை வந்தாலும்
கண் கலங்கி
நின்றிடாதே..

கலங்காதே என்னம்மா
அவன் காலைத்தொடும்
முன்னமே
அவன் கழுத்தறுப்பேன்..
கலங்காதே..
மழை பொழியும்
போதினிலே
மயங்கிடாதே
கண்மணியே...

எம்மனம் கொண்ட
வெப்பத்தை
மழைத்துளி
என்ன செய்யும்
மலைக்காதேயம்மா..

கடல் தாண்டி
போகையிலே
காவலுக்கு கவனமா
இருந்திடப்பா..

கடல் தாயின்
கருவரைக்கும்
என்மேல் பாசம் உண்டு
பயப்படாதே என்னம்மா...

கரும்புலி படையிலயும்
நீயும்
முதல் புலியா வந்திரணும்..

முதல் புலியா
முன் பாய்வேன்

முன்னோக்கம் இல்லையம்மா...

எக்கேடு வந்தாலும்
என் வேலுத்தம்பி
பேரை கெடுத்திடாதே..
என் மகனே..

தமிழ் தாயே
சொன்னாலும்
வேலுத்தம்பி மகன் சொல்லுக்கு
மாற்றேதம்மா...
உன் தம்பி
உறக்கம் விழிச்சா
என்ன சொல்ல
என் மூத்தவனே...

அவன் உறங்கும் வரை
நான் விழித்திருப்பேன்
என்று சொல்லு
இளையவனிடம்....

உன்னை நம்பியுள்ள
எங்களுக்கு
என்ன சொல்லிப்போகுற
என் கண்ணா...

என் மூச்சுக்காத்து
காத்துலயும் கலந்திருக்கும்
என் ஆத்தா..
இந்த ஆத்தாவோட
பாசத்தப்போல
என் பெயரும்
உலகத்தில் நிலைச்சிருக்கும்

போய் வாரேன்....

44. ஒரு வரம் கொடுத்து போயேன்..

பஞ்சுப்பொதியொன்னு
தூக்கி
பிஞ்சுக்கோழிக்குஞ்சொன்னு
நெஞ்சு வெடிக்க
கத்தி
வாரேனாம்...
கேளீரோ..கேளீரோ
எஞ்சோட்டு பெண்டீரே...
ஏக்கமாய் கனவு கண்டீரே...
கத்துறோமாம் கதறுறோமாம்
கழுத்து நெறிக்க
தாலிக்கொடி சுத்துறோமாம்
மாராப்பு மறையும் மட்டும்
பெண்ணுக்கு சம உரிமை
வேணுமுன்னு
முக்குறோமாம்..முணங்குறோமாம்....
ஏனாம்
எதுக்காம் இந்த
ஏமாளி பொழப்புன்னு
எதுத்து கேக்க பயந்தீகளாம்
ஏந்தையனிடம் எடுப்பாக இருந்தீகளாம்.....
ஏட்டுச் சுரக்காய்
மட்டுமே வாங்கி
முக்காடு போட்டு தின்னீகளாம்..
உன்னைப் பெத்த எனக்கு
உன்ன ஆளத்தெரியாதானு
கேள்வி
கேக்க தெரியாம
கண்ணுமுழி பிதுங்க முழிச்சீங்களாம்..

போனது போவட்டும் விடு..
என்ன இப்போ ஆயாச்சு
எங்க அரும்புகளும் வந்தாச்சு
சத்தியமாய் சம உரிமை என்று சொல்லி
சமரசமில்லா சீமான் படையோடு
நானும் வாரேனாம்
உன் கூட சேர்ந்து
போராட போறேனாம்....
கூடிக் கேட்போம்
கூனியிடம்
குறுக்கெலும்புடைக்க
துணிவிருக்கா...துரத்திகளா..
துர்நகப்புலியொன்ன
துரத்தியடிச்சத மறந்தீகளா..
குறுக்கு தூணைச்சுற்றி கும்பிட்டு
குண்டித்துணி தேய்ஞ்சத மறந்தீகளா..
வீணை போல விடியும் வரை
வீட்டுக்குள்ளயே
விடியல் தேட போறியலா...
இல்ல
விடுதலை கேக்க
தெருவில் இறங்கி வரப் போறியலா..
விக்கு சுத்துன மண்டைக்குள்ள
விக்குற தொண்டைச் சத்தம்
விழுகலியோ..
விலைவாசி குறைக்க துப்பில்ல
இதுல
மரச்செவி கூட்டத்து வெத்தலய
மாத்தி துப்பிட துப்பிருக்கா...
வெந்ததை தின்னுட்டு
விதி வந்தா சாவோமின்னு
வேப்பமர பேய் போல பயந்தீகனா..
வேதனையடி எம்மக்கா

பெத்த உசுரு மண்ணோடு போகுமட்டும்
மன்றாடியே சாகுமத்தா..
சாராயக்கடை சந்துலயே
சரித்திரம் தரித்திரமாகி போகுமத்தா..
விளக்கு வைச்ச நேரத்தில
வீதிக்கு ஓடப் போறியலா
விழுந்து கிடக்கும் உன் (கோ)மானத்த
வீதியில தேடப் போறியலோ..
விந்தையடி விந்தை மக்கா..
விளைவிச்சதில் மிச்சத்தை தின்னு
விதிக்கு வரி கட்டி வாழுறோமே..
விதவை விதியை மாற்ற ஒரு
வழியிருக்கா...
விரும்பின
வாழ்க்கை வாழ வழியுமில்லயே
அதை வளைக்க உனக்கு
வலுவிருக்கா...வழியிருக்கா..
வீதிக்கு வீதி தண்ணிச்சண்ட
விளக்கம் கேட்டுப்போனா கத்திச்சண்ட
கத்துற வாய்க்கு தண்ணியிருக்கா
தடையில்லா தண்ணி தர
தராசுக்கு தீர்விருக்கா......
கண்ணையெல்லாம் கட்டிக்கிட்டு
கற்பழிச்ச கள்வனை விட்டுப்புட்டு
கட்டாந்தரையில கல்லுவெட்டி
கருப்பு எழுத்துலயும் நட்டுவைச்சு
களங்கத்துக்கு வழி காணும் நல்லவரே
கண்ணம்மா வலிக்கு வழி காணும்
தெம்பிருக்கா..துணிவிருக்கா...
முந்தானை சீலையும் மூழ்கிருச்சு
மூக்கோரம் கண்ணீரும் தேங்கிருச்சு
முந்தானை தொட்டவன் மூக்கறுப்போம்
முழுசும் தின்றவன் முடி அறுப்போம்

வலிக்கு வலியே மருந்தம்மா
அதுக்கு வழி செய்யும்
சீமான் படையம்மா...
வகைவகையா விரலுக்கு மைவைச்சே
வரைமுறையில்லாம மறைச்சுவைச்சே
வாழ்க்கை கேட்டு வாரான்
வெவசாயி
ஒரு வரம் கொடுத்து போயேன்
என் தாயி....

45. எங்களின் அதிகபட்ச ஆசையே...

எங்களின் அதிகபட்ச
ஆசையே
நிம்மதியும் மகிழ்ச்சியும்
சேர்ந்த வாழ்க்கை தான்....
அதற்கு..

நான் உயிர் வாழ
என்னை ஆள விடு..
என் பசி நீங்க
என்னை உழ விடு..
ஏரோடும் மாட்டோடும்
மண்ணாய் ஒட்டி
நீ வாராதே..
வாய்க்கால் வரப்புக்கும்
வரி கேட்டு வாயை
நீ நீட்டாதே...

பசிக்கு சோறும்
பணிக்கு ஆறும்
பிணிக்கு அத்தி வேரும்
எமக்கு தெரியும்..
பின்புத்தி சொல்லி அதில்
பிழைக்க
நீ வாராதே...

எருமைக்கும் எனக்கும்
வேற்றுமையில்லை
வண்ணத்தில்..

ஆனால் ஒற்றுமையுண்டு
எங்கள் எண்ணத்தில்..
தமிழோடும் தாய்மண்ணோடும்
பிணைந்தே துயில்வோம்..
ஏர் கொண்டு வாழ்வோமே தவிர
பிறரை ஏமாற்றி வாழோம்..

ஏற்றத்திற்கும் ஏட்டுக்கும்
ஏலேலோ எங்கள் தமிழ்பாட்டு..
என் ஊரில் வேணாம்
உன் நாட்டாமையை நிப்பாட்டு..
பாத வலியும் பஞ்சுமெத்தையாம்
எமக்கு..
பாரினில் பசியைப் போக்க
வழி தெரியுமா
உமக்கு..

கடல் தாண்டியே
வலை வீசுவோம் நாங்கள்..
உங்க கழுத்துக்கு
பாசக்கயிறு வீச இது
நேரமில்லை
விலகிப்போங்கள்...

எம் வாழ்வும் எம் வீழ்வும்
கடலோடு தானே..
கடன் வாங்கி
கல்வி கொடுக்கும் சட்டம்
கருப்புடைக்கு கயமை தானே..

தமிழன் ஆள
நாளை வகை செய்வோம்
நாங்கள்..

தமிழர்கோர் தலைமை
நாம் தமிழர்
நம்புங்கள்...

வெறிகொண்டு பாயும்
புலியினம் நாங்கள்..
களத்தில் சந்திப்போம்
காத்திருங்கள் நீங்கள்...

46. அரசுக்கு புத்தி சொல்லேன்...

காலைமுதல் நேரமில்லே
கவனத்தில் நீ கூடவில்லே..
காலார நான் நடக்கையிலே
கால் தடுக்கி விழுகையிலே
கையிலே ஏந்தினாயே
என்னம்மா உன்னைப்பாட...

எழுந்தால் மலையானாய்
விழுந்தால் உரமானாய்
உமிழ்த்தால் உணர்வானாய்
உயிர்களுக்கு உணவானாய்..
கண்களுக்கு கனவானாய்
காட்சிகளில் கவியானாய்
கவிதைகளில் உயிரானாய்
உயிர் வளர்க்கும் பயிரானாய்..
உன்னைப்போல யாருமில்லை
என்னை தாங்கும் தாயும் நீயே..

என்னைப்போல உன்னைக்காக்க
என்னைவிட்டா யாரிருக்கா...
விளைஞ்சதெல்லாம் எனக்குன்ன
வினையில்லாம பசி தின்னேன்
வீதிக்கு வீதியிங்கே
கூவி விற்க ஆள்வரவே...
அளவிலா ஆசையிலே
நானும் அடிஉரம் போட்டு
அடி மடியை பிடிச்சிழுத்தேன்...

ஆனாலும் போதவில்லை

எனக்கும் பசி ஆறவில்லை...
என்னாச்சோனு நான் பயந்து
ஏர் கலப்பைய தூக்கிப்பாக்க
ஏனோ என் வியர்வைக்கு
எவனோ விலை சொன்னான்..
யம்மாடி தாங்காதம்மா..

இம்மோடி ஆட்சியெல்லாம்..
அருப்பை கெடப்புல போட்டே
கௌம்பிட்டேன் கேள்வி கேட்க..

கேட்டது கிடைக்கலன்னா
நான் விளைச்சதை விக்கிறதில்ல
விடிவுக்கு மட்டுமே
வியர்வை சிந்தி உழைச்சிருவேன்..
என் வயிறு நிறைஞ்சுப்புட்டு
நீட்டி நானும் படுத்துருவேன்..
அப்போ கைநீட்டும்
இந்த அரசு பசியோட
கடனா சோறு கேட்டு
அயல்நாட்ட....

அந்த நிலை வேணாமம்னா
அந்த அரசுக்கு புத்தி சொல்லேன்...

47. இவர்களை என்ன செய்ய...

தோழா யார் இவர்கள்
இத்தனை நாள் எங்கிருந்தார்கள்..

பொள்ளாச்சியில்
பொடிப்பிஞ்சில் விடம் தின்றார்கள்
பொறம்போக்கு என வாக்காளனை எண்ணி
போயஸ்தோட்டத்தில் பிணம் தின்றார்கள்..
பொய்வழக்கில் கூட்டிப்போய்
பொது இடத்தில் கைவிட்டு
போவதை தின்றார்கள்
போலிகாவலனாய் பெருமை பெற்றார்கள்..

காசுக்கு தலையாட்டி
கண்ணுமண்ணு தெரியாமல் குடிச்சு
கூவானூரில் கூத்தடிச்சு
என் தமிழன்மானத்தை மற்ற தேசத்தில்
எச்சமென எண்ண வைத்தார்கள்..
மீசையில் மண் ஒட்டுமளவிற்கு
மேசைக்கு அடியில் போய்
அவமானப் பதவி பெற்றார்கள்..

தார்மீக போராட்டத்தில்
கோமாளிகளாய் உட்புகுந்து
சொந்த மக்களையே
சுட்டு சுவைத்தார்கள்..
கொடியநோயில் நாங்கலிருக்க
குடிக்கும் கஞ்சிக்கும் வரி கேட்டார்கள்.

கோவணத்தை பிடுங்கிக்கொண்டு

கோட்டையிலே கொடியேற்றினார்கள்..
மாததவணைக்கும்
வட்டிக்கு வட்டி போட்டு
இருதயத்தைப் பிழிந்தார்கள்..
கொடியநோய் காலத்திலும்
கொடியநோயாய்
இவர்கள் இருந்தார்கள்..

மக்கள் வயிற்றுக்கு வறுமை சொல்லி
மனங்குளிர மதுக்கடை திறந்தே
மதுவுக்கு பாதுகாப்பு போட்டு
தமிழச்சியின் மாராப்பை
அவிழ்த்தெறிந்தார்கள்..

தாடிக்கு கூசா தூக்கி
கோடிகளில் குளித்தார்கள்..
பேருந்து கட்டணமேற்றி
பேச்சுக்கு பெருமை சேர்த்தார்கள்..

வாகன எரிபொருளை
வாய்க்கு வந்த விலையில் விற்றார்கள்
என் வியர்வையை
நக்கியே நாடகமாடினார்கள்..
என் உழைப்பில்
பத்துக்கு இரண்டு பணம்
வரியாகப் பெற்றார்கள்..
வழியெங்கும் பள்ளம் தோண்டி
என் வயிற்றுக்குள்
எட்டுவழிச்சாலைக்கு நடுகல் நட்டார்கள்..

ஒருநாள் வருகைக்கு
போகும் ஊரெல்லாம் வழி மறைத்தார்கள்
அவசர ஊர்திக்கும் உயிர் தர மறுத்தார்கள்....

எதிர்த்து பேசும் எதிரிக்கும்
கணக்கு பாராமல்
கணக்கில் வரவு வைத்தார்கள்....

அடிப்பதும் அழுவதுமாய்
இருவரும் சேர்ந்தே
அழகாய் நடித்தார்கள்
நடுவரிடம் நல்சான்று பெற்றார்கள்..
இன்றோ
கண்ணீரை துடைக்க
கள்ளநோட்டு கொண்டு வந்தே
கண்ணெதிரே
பொங்கல் பரிசளித்தார்கள்..

என் பணத்தை பிடுங்கிக்கொண்டு
அதை எனக்கே பிச்சையிட்டார்கள்
பெரும்பேறு பெற்றார்கள்..
ஐந்துவருடத்தில் ஒருமுறையேனும் குறை தீர்க்க இல்லை அதை
கேட்பதற்கே வராமல்
இப்போது வாக்குகேட்டு
என் வீட்டு வாசலுக்கு வந்திருக்கும்..

இவர்கள் யார் தோழா...
இவர்களை என்ன செய்ய...

48. ஆத்திகனே..வாடா..

ஆத்திகனே வாடா
ஒருநொடி ஆத்திரமும் தாடா..

தடாககரையில்
தவழும் ஒரு குழந்தை
தவிப்புக்கு என்ன செய்யும்
தாவித்தானே மீன் பிடிக்கும்..

காற்று நிறைந்த பூவுலகில்
வாசனை எப்படி வட்டமிடும்
கடத்துவது யாரோ
அதை கட்டிவைத்தவன் யாரோ..

ஒருகாயம் கையிலே
கதறுது கைப்பிள்ளை
அம்மா..அம்மா என
அம்மாவை ஆக்கியவன் யாரோ
அவளுக்கு அம்மாவென
ஆக்கியவன் யாரோ...

அடுத்த நொடி சண்டைக்கு
இன்றைக்கு நிலம் உழுது
நாளைக்கு பசிபோக்கும்
பரமனும் கடவுளோ

அதை நாத்திகம் ஏற்குமோ..

ஆத்திகனே வாடா

நமக்கு சோறு போடும்
நம்ம ஊரு விவசாயகெழவனும்
கடவுள் தான் என
பூசை செய்வோம் வாடா...

49. தம்பி..நான்..

நீ காதோரம் சேதி சொல்ல
வந்தது தெளிவு
இனி உன்னை கட்டிக்கற்பழிப்பதாய்
முடிவு..

ஏனோ நீ
என் தாயை உனதென்றாய்
என் உணர்வை உயிரென்றாய்..

என் உறைவிடத்தை
உலகென்றாய்
என்னையும் நீ மனிதனென்றாய்
தலை நிமிர்த்தி தமிழனென்றாய்..

சாதியை அழி என்றாய்
சாதிக்க அதுவே வழி என்றாய்..
வாய்ப்பேச்சில் ·வாழ்க்கையை சொன்னாய்
விழி திறந்தால் வழிபிறக்கும்
முறையும் சொன்னாய்..

வாக்குக்கு கையேந்தா
அரசியல் சொன்னாய்
அரசியலுக்கே நீ தான்
இலக்கணம் சொன்னாய்...

வாடா தம்பி
வாடா என்றாய்
நான் தலைவன் இல்லையடா
உன் தமிழ் இரத்தம் என்றாய்..

நீ தலைவன் இல்லை என்றாய்
அதனாலேயே இன்று
தலைவனானாய்...

உன்னைப்பற்றி பேசுவதும்
உன்னோடு பயணிப்பதும்
தமிழனாய் எனக்கு பெருமை..
எம் குலப்பெருமை நீங்கள்...

50. சம்பளத்தையாவது கொடுங்கள்..

ஏ...லேய்...என் மக்கா..
நரகாசுரன் இன்னும் சாகலியாம் சாக்குப்போக்கு சடங்குச்சோறு
சண்டாளன் சொல்லிப்போன
சத்திரிய சகுனி கதைகேளு.....

விரல் கொன்ன சாமிக்கு
தன் பிள்ளை தெரியாதாம்
விழி புரியாதாம்..

கூத்தைக்கேளு...
விதி முடியும் நேரத்துல
வானவேடிக்கை கேட்டானாம்
கொத்தனாரு....

கதையெல்லாம் சாமியாக்கி
பண்டமெல்லாம் பணமாக்கி
எங்க வாழ்க்கையில வித்தது யாரு.....
வீட்டுல டீவி தான் இன்னும்
சொல்லுதாம் பழைய வரலாறு...

விந்தை தான் விளக்கம்
வீதிக்கு வீதி மறுக்கும்...
ஆனாலும் அதை கொண்டாடனுமில்ல
அந்த ஒருநாள் விடுமுறைய கொண்டாட பணமும் வேணுமில்ல....

இன்னும்
பல பண்டிகைகள் இப்படித்தான் நடக்குது..
ஏதாவதொரு கதை சொல்லும்
காரணம் தான் கடைசியில்
பணக்கவலையில் முடியுது...

இப்போதும் எப்போதும்
விலைவாசி கூட்டினீரே
என்னய்யா கூவானூர் நாயகரே
கூத்தாடி தாண்டவரே...
எங்க வருமானம் கூடலியே
நீங்க கூத்தடிச்ச காலத்திலே...

இன்னும் நாங்க
அடுத்த வேளை உணவுக்கு
ஆவி கருக உழைக்கிறோம்..

உண்டியல் உடைத்து
தீபாவளி கொண்டாடியே
நரகாசுரனாய் வதைகிறோம்
இன்னும் சாகமுடியாம
உங்க முன்னாடி நடைபிணமா வாழறோம்...

எஞ்சாமியே
வருடம் முழுவதும்
மார் தட்டி மண்டை உடைத்து உழைத்து
மறைப்புத் துணி வாங்க
மார்பு மீது கைகட்டி நிற்கிறோம்
கருணையைத்தானே தேடுறோம்.....

முதலாளி உங்களுக்கு
மனசு இன்னும் வரலியோ
உங்க
மடி நிறைஞ்ச பணத்தின்
மதிப்பு இன்னும் குறையலியோ...

மாசமாசம் வியர்வை சேர்த்த தேதி
வருமானம் வாரதெப்போ...
வாசல் படியில் காத்திருக்கும்
புள்ளைக்கு கந்தல் துணி
மாற்றுவதெப்போ...

உன்கிட்ட காசு பணம் இனாமா
கேட்கலய்யா....என்
சம்பளத்தை மட்டும்
நாளைக்கு கொடுத்துப் புடு...

வீட்டுல
பண்டிகை படையலுக்குத் தயாருங்க...
எங்க
பூசை அறையில பூனைக்குட்டி தான் தூங்குது பாருங்க...
பசி மயக்கம் தெளிஞ்சு
பூனை பயந்து ஓடணுங்க
அதுக்கு நீங்க கருணையும் காட்டணுங்க..

எங்க வீட்டு விருந்துக்கு
நாங்க கடவுளையும்

அழைக்கிறோமுங்க..
பணம் கொண்டு வந்து கொடுத்து
பண்டிகை கொண்டாடிப்போக...
பாதி வழியில் வாழ்க்கைப் பயணம்
பசி தின்று பணம் மாண்டு போக வேண்டுறோமுங்க...

பலரோ பசிக்க ஓடும் இவ்வுலகில்
இன்னும்
நாங்க பசிபோக்க ஓடுறோமுங்க...
பணம் ஓடும் வேகத்தில்
எங்களால் ஓட முடியவில்ல ஏனுங்க....

கெஞ்சிக் கேட்கறேன்
எஞ்சாமி..
என் சம்பளத்தை மட்டும்
கொடுத்துப் புடு..
ஆறாந்தேதிதான் தருவாயின்னா...
தீபாவளியை கொஞ்சம்
தள்ளிப்போடு....

•••..இயலிசம்•••

பொருளிசம் - பொளுளென்பது யாதொன்றையும் களவாத செயல்

51. என் அம்மாவுக்கு...

என் அம்மாவுக்கு...
ஆமால
நீ என் அம்மால
ஏன் உன்னை மறந்தேன்..
என் எழுத்துக்களுக்கு
உன் மேல் ஏக்கம் வரலையோ..
இல்ல உனக்கு
இன்னும் தூக்கம் வரலையோ..
நீ தூங்கி போனால் தான்
எனக்கு உன் மேல்
ஏக்கம் வருமா
பாசம் வருமா
மனசு பத்திக்கிட்டு எரியுமா..
நீ வாழும் காலம் வரை
உன் கண்ணு எனக்காக
கலங்கும் வரை
என் கண்ணு உன்ன தேடாதோ..
தாலாட்டும் பாடாதோ..
இப்போ
உன் மடி பிடித்து
விளையாடவும் தோணலயோ
ஏனோ
எண்ண நான் மறந்துட்டேனோ
என்ன நான் மறந்துட்டேனோ - உன்
மடிவிட்டு சிறகடிச்சு
பறந்துட்டேனோ
மனச வட்டிக்கு விட்டுப்புட்டேனோ.. வாடகைக்குவேறொன்ன
வச்சுப்புட்டேனோ..
எனக்கு வயசு ஏறிடுச்சோ..

வாழ்க்கை கூடிருச்சோ...
வயிறு நெறைஞ்சிடுச்சோ...
உன் கைபிடித்து
கண்ட கனவெல்லாம்
இப்ப கற்பனையா தோணிருச்சோ
எருக்களம் செடி பரிச்சு
என் காயத்துக்கு மருந்து போட்ட
எட்டு வச்சு நான் நடந்தாலும்
என்ன
உன் தோளில்
சலிக்காமல் தூக்கி நடந்த...
தூங்கும் போது தலை தட்டி
என் கால் வலிக்கும்
உன் கை வலியை ஓட்டிக்கிட்ட
இமை உறங்கா கனவோடே
உன் தூக்கத்த
என் கண்ணுலயில
கண்டு ரசிச்ச...
காத்து கூட
உன் கவனத்தை
கடன் வாங்கியே
என் கை பிடிக்கும்னு
காத்திருந்தே..
உன் மாராப்பு
சேலையத்தான்
தரையில் விரிச்சு தூங்க வைப்ப..
கும்பகர்ணன் போலத்தானே
நானும்
குறை இல்லாமல் தூங்கிடுவேன்...
உன் மூச்சு காத்து தாலாட்டம்மா.. இந்தக்கவிதை முடிவில்லாத
ஒரு சீராட்டம்மா ...
வாழ்வாங்கு வாழத்தானே
இராவணனின் வனம் விட்டு

ஓடிவந்த...
வந்த இடம் மோசம் அம்மா...
ராவணனின் ராஜ்ஜியமே தேவலமா...
ஆசைக்கு தாலிகட்டி
ஆறு வருஷம் கூட வாழ்ந்து
மூணு பிள்ளை பெத்ததுமே..
உன்ன உண்ண இயலா
வாழையா தூக்கி எறிஞ்சான்..
என் அப்பன்...
நீ துடித்து போனாயோ
எங்களை துடிக்கவைக்கவே போனாயோ...
காட்டு கிளி கத்தும் சத்தம்
உன் காதுலையும் கேட்கலையே
நீ அந்தப் பாழடைந்த கிணறு நோக்கி நீண்ட பயணம் தேடி போகை-
யில உன் முந்தானைய நான்
பிடிச்சு இழுத்தேன் ...
உன் மூச்சு காத்த கடனா கேட்டேன்
கரம் கூடி வாம்மா
என் காலம் உனக்காக காத்திருக்கு
என் கண்மூடும் காலம்வர
என் கண்கள் உன்னை காண
ஏங்கி இருக்கேன்...நான்
சொல்ல...
ஆசையோடு என்ன தூக்கி
கன்னத்தில் எச்சில் பட முத்தமிட்ட என்ன நான் நினைச்சேனோ
அடுத்த நொடி கையால
தொடச்சிப்புட்டேன் ....
நீ மானுடப்பெண்ணே இல்ல
நீ மாயவனின் மகள் தானோ - இந்த கண்ணனை காப்பாத்த
உன் கண்ணீரும் விலைதானோ..
காட்டுவழி நடந்து வந்தோம் - கை காட்டும் திசையில் போகலையே..
கற்பு நெறி தவறாமை - எங்கள கைப்பிடிச்சு வாழவைச்ச..
வாழைமரம் போலத்தானே - நாங்க வகைவகையா மூணு பேரு

வாய் பேச்சிலே வீரரம்மா..
வாழ்க்கை முழுசுக்கும்
வந்து விட்டோம் உன் கூட...
உன்னை வாழ வைக்க மறந்துட்டோமோ...இப்போ
அடிமனசு கேட்குதம்மா...
அண்ணனுக்கு நீ தேவையின்னு உன்ன அடி மனசை கல்லாக்கி
அவன்கூட விட்டு வந்தேன்..
நீ அங்கு சந்தோஷமா இருப்பேன்னு என் மனச சந்தோஷப்படுத்தியே
வாழ்த்திருக்கேன்...
உன் கண் துடைக்க காசு அனுப்பி நானும் கண்மூடி
உன் நினைப்புகூடவே
வாழ்ந்திருக்கேன்....
கட்டியவளுக்கும் சொல்லி இருக்கேன் கடைசி வரைக்கும்
கண் கலங்காம பாத்துக்கணு..
காலநேரம் கூடலையே
கடவுளும் வயித்துல
ஒண்ணா படைச்ச - நாங்க
மூணு பேரும் ஒண்ணா
வாழவைக்கலியே.. .
ஆசை எல்லாம் மனசுக்குள்ள
ஆலமரம் போலத்தானே...
ஆகாசமா வளந்திருக்கு ..
கிளைபரப்பி பறந்து இருக்கு ...
அந்த ஆலமரம் நீதானோ
நீ அடி சாயும் மட்டும்தான்
ஆசையும் கூடிடுமோ....
என் ஆசையெல்லாம் சொல்லி - அந்த ஆலமரத்து அடியிலே
கண்ணுல தண்ணீர் ஊற்றி
கருக்கொண்ட
உன் கருப்பை கரைக்கத்தான் வருவனோ...
சரோஜினி மகன் நானே
சத்தியமா உன்ன சாகும்வரை
காதலிப்பேன்..

அம்மானா அன்புமட்டுமே இல்ல...

அது என் உசுருக்கும் மேல தாங்க...

52. என் வாழ்க்கையில்...காணாமல் போனவர் ...

சிறு வயதில் விட்டுப்போன..தந்தையை..தான் தந்தையான-தும்..தேடும்..இளைஞனின்....வார்த்தைகள்...வாசிக்க..

என் வாழ்க்கையில்
காணாமல் போனவர் ...
நான் இதுவரையும்..
தேடுகையில் மறைந்து போனவர்...

நான் தேடும்
நேரங்களில் ...
தொலைந்து போனவர்..
கைரேகை தேய்ந்து போன
நேரங்களில்..
கவலையானவர்...
விரல் வழி தேடி
விழித்த நேரங்களில் ..
கண்ணீரானவர்..

விழி வலியோடு
விடியல் தேடிய நேரங்களில்..
வாய்ப்பை கெடுத்தவர்..

கண்ணீரும் வரும் பலகணம்
காரணம் பல கண்டு..நான்
கலங்கி நிற்கையிலே
கைதேடி கண்துடைக்க
கானலாய் போனவர்....

ஆனாலும் எப்படியும் - என்
பஞ்சு நெஞ்சுக்குள்
பாசப்புகை ஒண்ணு
நெடிகட்டி வீசும்.....
கனவிலாவது வருவாருன்னு
நான் காத்திருக்க..
கனவிலும் காலமாகிப் போய்
சுடலை வாசம் பேசும்.... ..

ஆனாலும்
ஏதோ ஒரு ஏக்கம்
என் நெஞ்சுக்குள்..
வழியில்.. விழி நோக்கி...

என் மனசு துக்கத்தில்
அடைக்கும் போது
வாழ்க்கை வழியின்றி
வறுக்கும்போது
வாசனைகள் வயிற்றை
கரிக்கும் போது..

வாலிபத்தில்
நான் கண் கலங்கிய போது..
கால் வயிற்றுப்பசிக்கு
கையில் வலியை தாங்க முடியாமல்
நான் கட்டாந்தரையில் சாய்ந்த போது..

ஏனையா... நீ..எங்கிருந்தே...
நான் பிறக்க காரணமான நீ - ஏன் என்னை நினைக்கல.....
என் கண்ணை நினைக்கல..
என் கையை புடிக்கல..
ஏன் என்னை விட்டு நீ போன...

உனக்கும் உன்னவளுக்கும்
உடைக்குள் தகராறு...
உடை தாண்டியும்
இருதயமாய் நான் இருந்தேன்
இளம்பிஞ்சாய் நானிருந்தேன்
உதிரமாய் நான் இருந்தேன்
நீ ஏன் உதறித்தள்ளிப் போனாய்....

எனக்கும் ஆசைடா ...
உன் கை பிடித்து நடக்க வேணும்
உன் கை காட்டும் திசையில்
நான் காலம் நடந்து போக வேணும் ..

கட்டாந்தரை ஒன்னு வாங்கி
அதில் கட்டில் ஒன்னு போட வேணும்..
காலாட்டி நீ பாட்டுப்பாட
என் கவலையெல்லாம்
மறக்க வேணும்...

காலத்துக்கும் - உனக்கும்
கருணையோடு கஞ்சி வைச்சு - நீ அதை உண்ண
நானும் கண்ணோடு தின்ன
அந்த கடவுளும்
அதைப் பார்க்க வேணும்..
அவனும் என் அன்புக்காய்
ஏங்கிச் சாக வேணும்.....

காலம் கடக்கையில்
காலை விழிக்கையில்
கண்கலங்கி என் இரத்தம்
தாத்தாவென உன்ன கூவ..
என் பேரனை ஏனடா..அடிச்சேயின்னு என்னெப் பார்த்து நீ கேட்க -
அந்த

சந்தோசத்தில் அவனும் பூக்க..
மறுநொடி நானும் கேட்க•••
அவனை மார்போடு
முத்தமிட்டு நீ தூக்க•••
அந்த சந்தோசம்
அந்த நொடி சந்தோசம்..
அத்தனை சந்தோசம்•••ஏன்
எனக்கு இப்போ கிடைக்கல •••
நான் என்ன பாவம் செஞ்சேனோ
உன் கூட வாழ கொடுத்து வைக்கல•••

இதுக்காக
நான் பலநாள் அழுதிட்டேன்..
அம்மா முந்தானையில் மட்டும்
கண்ணீர் தொடச்சு
கலங்கி இருக்கேன்••••

ஊரெல்லாம் பாக்குறப்போ
எனக்கும் ஒரு சந்தேகம்••••
ஏதோ ஒருநாளு
நான் வழிதவறிப் போகுறப்போ..
உன் கைரேகை காரணமாய்
என் முதுகுலயும் பட்டிருந்தா•••
என் வாழ்க்கை
நேரா போயிருக்குமோ•••இன்னும்
என் வார்த்தையில்
வளமும் கூடியிருக்குமோ••••
தெரியலைய்யே•••தெய்வமே•••நான்
தெருவிளக்கில் தானே..
வாழ்க்கை படிச்சேன்•••

தேடினேன் நானும்..
வயிற்றுப் பசிக்கு பல நாளு

வாழ்க்கை பசிக்கும் சில நாளு
வாலிபத்தில் சில நாளு
வறுமையிலும் சில நாளு
நான் உன்னைத்தானே தேடினேன்..

ஆனால்
நீ ஏன் என்ன - என் அண்ணன்
தோளில்கட்டினே
அவன் வாழ்க்கைக்குள்
என்னையும் ஒட்டினே...
அவனே..எங்கள்.. ஆதி சிவனே..

அறியா வயசுல
அஞ்சுவிரல் நெஞ்சுல
பத்துமே பொத்துப்போக
பாரம் குறைச்சு - எங்க வயித்தை கட்டிப்போட
எச்சில் குவளைக்குள்
குடல் தின்ன வாடிப்போனான்..

என்னையும் அவன்
ஏக்கத்தோடு
ஏட்டெடுத்து படிக்கவைச்சு
ஏணியில ஏத்தி விட்டான்..
ஏத்திவிட்டவனோ
ஏணி தாங்கி கீழ நின்னான்
ஏற மறுத்து காத்து நின்னான்..

ஆனாலும் காலம் கடக்கையில
கழனி காஞ்சு கருகையில..
காடெல்லாம் கழனியாக்கி
ஆத்தாவுக்கு கஞ்சி ஊத்த கூடலப்பா.. - இங்க ஒண்ணும் சரியா இல்லியப்பா..

நாங்க கட்டிணது மூணுக்கும்
கறிக்கஞ்சி ஆறாக்கட்டி
கழுத்தோடு அணிகள் பூட்டி
அழகா அழுது திரியிறோம்•••

ஆனாலும் என்ன சொல்ல
உன் பொண்டாட்டி
பசியை மட்டும் ஆறப்போட்டு
அவதியோடு ஓடுறோம்•••
அரைமனசோட
அலையுறோம்•••
ஆவியின்றி கூடா திரியிறோம்..
அங்கம் சுருங்கச்சுருங்க
அன்பையும் குறைக்கிறோம்..

ஆழ்கடல் போல அவ மனசு..
அன்பால் நிறைஞ்சிருக்கு..
அப்பப்போ..
அடிக்கிது நெஞ்சுக்குள்ள - அன்பு
அலையொன்னு கண்ணுக்குள்ள..- அவ
ஆனாலும் இன்னும் உன்னைத் தேடலை
அவள் இப்பவும் வாடலை•••
அவள் அன்பில்
வாழையிலை அல்ல..மரம்•••
அவள்..மனம்•••தினம்•••
மயானம் வரைக்கும்
உன் துரோகம் கனம்•••
அவள் வலி..இல்லற இலக்கணம்•••

இந்த
கருத்தெல்லாம் எனக்குள் மங்கிப்போக
என் கருத்த மனசுக்குள்ளும்
வெள்ளையா பூ பூத்திருக்கு..அது

தாடையோரம் ஒதுங்கியும்
என்னை தாத்தானு கூப்பிட
காத்திருக்கு..

கண்ணுல ஒருதரம்
உன்முகத்தே பாக்கணுமே..
கண்ணா நீ வாடான்னு என்னை
நீ ஒரு தடவை
கையழைச்சு கூப்பிட கூடணுமே...

இப்பயும் பாவமய்யா நானு
பாசநீருமில்லா மீனு..
படுக்கையில பல நாளு
உனக்காக அழுதிருக்கேன்..
என் அம்மா பேச்சில்
உன்னைப் பாத்து அரைகுறையா
பேசி சிரிச்சிருக்கேன்..

போகட்டும் விடு
இதுதான் என் விதியோன்னு
நாளும் கிழமையும் வாழ்ந்திருக்கேன்..
நான் என் மகனுக்கு அப்பனா
இங்கிருக்கேன்..

உருக்குலைஞ்சு போனாலும்
உன் உமையாள் இன்னும்
கருக்குலைஞ்சு போகலைய்யா..
காளைக்கன்னு நாங்க
மூணு இருக்க...
கழுத்தில் கயிறு மட்டும் தொங்குது
ஆனால்..
கட்டின உன்ன இன்னும் தேடலைய்யா..
அவ பலநாள் அழுதிருக்கா

பாவிமக்கான்னு திட்டிருக்கா..
அந்த நாவு இன்னுமே பிறழவில்ல
இப்பிறவி தீரு மட்டும்
உன் பெயரை பேச்சோடு
சொல்லவுமில்லை...

உனக்கும் பெயரை வைச்சதாரோ
நல்லதம்பின்னு - அது
நாகப்பாம்பாட்டம் கொத்திருச்சு
எங்க நெஞ்சுக்குள்ள
பலநாள் உருண்டோடி
பகலிரவு மாறிப்போயி
பதவியும் பட்டமும் வாடிப்போயி
பாறையும் மண்ணோடு மக்கிப்போயி
மண்ணுக்குள்ள மண் புழுவாட்டம்
எங்க வாழ்க்கை நெளியிதய்யா...

பாதி உசிரோட
எங்களை விட்டுப்போன நீ
உருக்குலைஞ்சே போயிருந்தாலும்
உன்னே..இப்போ
காப்பாத்தத் தான் மனசு ஏங்குதய்யா..

காணாமல் போனவரே..
காத்திருக்கேன்.....நான் மட்டும்..
கண்ணோரம் நீரைத் தேக்கி..
நீர்த்தேரை நீ போட்ட
கடைக்குட்டி..
கண்ணன்...

53. கொலை கவிதை

என்
கவிதைகளுக்கு
விளம்பரங்கள்
விளக்க உரைகள்
தேவையில்லை...

ஏனென்றால்
இது
விற்பனை பொருளில்லை..
உணர்வுகளின் தொகுப்பு..

என் உணர்வை உணரும்போது
அது தானாகவே
புணரும்...
இதழ்களுடன் இணைந்து...
அவன் இதயத்தில்...

நான்
போட்டியிட்டு
கோப்பை வெல்ல துடிக்கும்
கோமாளி அல்ல...
கோப்பைகள் பல
குப்பை கொட்டிவைக்க கூட
பயன்படாது..

என்
கவிதைகள்
சில காயப்படுத்தும்..

கவிதை மேல்
கற்பு இல்லாதவர்களை...

என் கவிதைகள்
பலரின் தூக்கம் கெடுக்கும்...
துக்கமும் கொடுக்கும்...

துடிக்க துடிக்க கொல்லும்..
என் கண்ணான
கணவனை போல...

54. காலணா கவிதை..

காலணா கவிதை..
காலி வயிற்றை நிரப்பாது..
கற்பனை தின்னும் வயிறு
கண்ணோடு பசிக்காது...

கால் நடக்கும் பாதை
கை விரல் பேசும் ஓசை
மண்டை உடைக்கும் பாசை
மனதோடு மழைத்தூரல்..
இந்த கவிதை....

என்னவென சொல்வேன்
உனக்காக நான் அழுவதை..
எப்படிச் சொல்வேன் ஆனாலும்
நான் உன்னோடு வாழ்வதை...

கை பிடித்த கற்பனைக்கு
வயிற்றுப்பசி கால் வரைக்கும்..
காகிதம் தின்னும் எழுத்திற்கு
கற்பனையோ கவளத்திற்குள்..

கண்டதெல்லாம் கையோடு
தீண்டும் - கற்பனையோ
கண்ணோடு தோன்றும்...

கருத்தளவு கவனம் வேண்டும்
கால் நடக்கும் திசை
கவலையோடு நீந்தும்..

கருவல்லவா என் கற்பனை
காகிதம் தூக்கி சுமக்கையில்
நிறைமாத கர்ப்பிணி போல
ஆசையாய் அவனி தேடி...
சுமந்த சுமை சுகம் பெற வேண்டி
குறுக்கு வலியில் குடமுடைந்து
அழும் நேரம்..இந்நேரம்.......

கால் நோக கருத்திட்டு
மனதை கொள்ளும் மானுடரே...

மச்சத்தில் மிச்சமென்ன
கடல் கடந்து தரை வாழ..
கற்பனையும் என்ன மிச்சமோ
கருத்தின்றி கரை சேர...

கடலோடு பயணிக்கும்
காகித கப்பலுக்கும் கரையிருக்கும்..
கவனமாய் கை பிடித்தால்
கடல் தாண்டியும் கரை தாண்டும்...

கருவில் ஒரு பிஞ்சு
கை தூக்கி நடை போட..
கண்கொத்தி தின்னிடத்தான்
கருத்திடவே கலைகிறதே..

போதுமடி..என்ன சொல்ல
என்னெழுத்து கருவரைக்குள்
தாய் மடி....
கரை சேர கரம் வேண்டி
காத்திருப்போ காலி வயிற்றுக்குள்...

மனசு தின்னத்தானே நானும்

மணக்க சமைக்கின்றேன்..
வாயோடு ஏனோ நீர்
வாந்தியாக்கி போவதேனோ ...

இப்புறம் தவறோ இல்லை
எப்புறம் தவறோ
என்னவெனச் சொல்ல
எப்போதும் போல நான்
எழுதிட்டேன்..இப்போதும்...

கழுத்தில் மாலையிட்டு தூக்கிப்போ
என் காதல் தப்பாது..
கடைசி வரை கூடவரும்..
பிஞ்சுப்பரல் நெஞ்சோடு...

கருக்கொண்ட என்னோடு
உறவு கொண்டால் தவறாகும்..
கவனமாய் கழுத்தோடு முடிச்சிட்டால்
கருவும் பிறந்து தவமாகும்......

காலணா கவிதை இது..
கையளவு மனசு தானே கேட்கிறது..
கற்பனை கருத்து இது
கண்களால் காதலிக்க பிறக்கிறது...

55. நான் உறங்கும் வேளை..

நடைபாதை கடல்
நான் உறங்கும் வேளை..
என்னைப் பார்த்து
சிரிக்கிறது..
ஏதேதோ சொல்கிறது..

ஒரு முள் கால் நோக
ஒற்றைப்புள்ளி சரிதானோ
சாய்க்கிறது என்னையே
சாய்ந்தாட தெரியாத
தென்னையே..

இளசு நீர் தேக்கம்
தேவைக்கு குடிநீராகும்..
வழுக்கை விழும்போது
வாலிபம் வாய்ப்பேச்சில் பாவம்..
பசி மறக்க நிழல் தேடி
கண் தொலைத்தேன் நானம்மா..
கையோடு கறிச்சோறு
கற்பனை தானோ அறியேனம்மா..
அக்கல் யாரென்று
இராமனுக்கு தெரியுமா..
இக்கரை நோவது
அக்கறைக்கு தாங்குமோ...

எத்திசை நான் போக

ஏட்டில் உண்டோ அறிகுறி..
ஏகவலைவன் பார்வைக்கு
எப்போதைங்க மறைப்பு துணி...
மனசு தான் சுடுது
காய்ச்சல் மண்டைக்குள் வருது..

வருவது போகுமென்று
வரிக்கு வரி சொன்ன
வள்ளுவன் வாக்கும் தருது..
வான்மழை நான் போலே
வைகறை நான் தேட
வாய்க்கால் வரப்புகுள்
வழிப்பறி என்ன சொல்ல...

வட்டிக்கு விதைத்த
வார்த்தைக்கு பதிலில்ல..

வருவானாம் ஒருவன்
வைகறை இறைவன்...
வீம்புக்கு அன்பு வளர்த்து
வீணாய் போனவனாம்
அம்மாவை வீட்டிலல்ல
எழுத்தோடு தேடியவனாம்..

அழுவானாம் அனுதினமும்
அக்கறை தேனோடு
தேமதுர தமிழாம்..
உண்டின உயிர் வளர்ப்பான்..
உரைக்கத்தி தூக்கி பயணமாக...(உரை - இயல்)

எதிர்வருமோ எச்செயல்
ஏற்பது நிச்சயம் - இல்லா
இருளைக் கிழிக்கும்
இயலிசம் உளிக்கத்தி...
..இயலிசம்...

56. தடுப்பூசி...மனதிற்கு..

கண்ணா..
எனக்கு கிடைக்கலடா
காத்திருந்ததெல்லாம்
கையருகே வந்தும்
கைப்பற்ற கிடைக்கலடா..
கண்ணா..

கருணையுள்ள அப்பன்
கை பிடித்து நடக்க
காலைச்சுற்றி வந்து
கை பெற்றதை உண்டு மகிழ..

காதலித்த கைகள்
கழுத்தைச் சுற்றி கிடக்க
கைபிடித்த கவிதை
காதலோடு படிக்க..பழக....

எனக்கு கிடைக்கலடா
கண்ணா..
கடுங்கோபம் உன் மீது..

நட்டுவைத்த ரோசா
பூப்பூக்க நாளாச்சு
நான் பறித்த ரோசா
பழசாகி பூத்திருச்சு..

பாழடைந்த பின்னே
பறையடித்து என்ன பயன்..
பாட்டி வைத்தியத்திற்கு

மயானத்தில் என்ன வேலை..

மனசு கேட்டதை
மறுக்கும் போது..மறுநிமிடம்
மறுநாள் மறுமுறை - அது
எத்தனை முறை கிடைத்தாலும்
ஏக்கம் தீராதடா..

நான் பசித்திருக்க
எட்டாத உணவு - அதன்
பசிபோக்க இன்று வந்தால்
மகிழுமோ மனது..

பற்றி எரிகிறேனடா
கண்ணா..உண்டு
பட்டினியில் சாகிறேனடா..

பாடையொன்னு கட்டச்சொல்லு
நான் மீண்டும் பிறந்து
வர வேண்டும்...
நான் பெறாததெல்லாம் மீண்டும்
பெறும் வரமும் வேண்டும்..

அப்பன் வேணும்
அன்பு வேணும்
காதல் வேணும்
காசும் வேணும்
கட்டில் வேணும்
கட்டாயம் காதலுடன் வேணும்..
தாரமும் வேணும்
தரவும் வேணும்
எண்ணம் வேணும்
எல்லாம் வேணும்

எனக்காக வேணும்..

அம்மா வேணும்
அரவணைக்க வேணும்..
நான் பெற்றபிள்ளை
அவள் வளர்க்க வேணும்...
என்னைப்போல் ஒருவன்
இனி பிறக்க வேணும்..
பறையோடு
போகப்போறேன் பசிக்கிது
வரமா வயிறு கேட்குது..

அழவில்லையடா
கண்ணா..
நான் அழறேன்டா..
இப்போது..

கண்ணுல வியர்த்துருக்கு
துடைக்கறேன்டா
தப்பேது..

தப்பா..நான்
பொறந்தேனோ..
தப்பிப் பொறந்தேனோ..
தகப்பனில்லாம நான் வளர்ந்தே
தாய்ப்பாசம் மறந்தேனோ...

தாரம்..தலைக்கணம்
தலை தின்னும் இலக்கணம்..
அழகில்லையடா
கண்ணா..வாழ்க்கை
நான் அழவில்லையடா...

ஆச்சரியம் இல்லையடா
கண்ணா..
இது தானோ வாழ்க்கை..

வாழ்ந்து தீர்க்கணுமே..
இக்கணம்..
இலக்கணம் மறந்து
எழுதணுமோ...

வலி வந்தாச்சு
வார்த்தை சிறுத்தாச்சு
வாழ்க்கை வெறுத்தாச்சு..

போகட்டும்..போடா..
பொணமா தானே போவோம்
எல்லாரும்..
உயிரோடயோ போவோம்..

கண்ணா..
அழாதடா..
உன்னைப்பத்தி எழுதி மனசை
ஆற்றாதடா..

..இயலி..

57. அழகின் எல்லை..கேரளம்

சுகமாய் ஒரு தூக்கம்
சுவையாய் பனி மூட்டம்..
சுற்றிலும் கீச்சுச்சத்தம்
சூரியனின் கீற்றும் சந்தம்
சுவாசத்தில் இனிக்கும்
காற்றும் மரமும் சேர்ந்து பாடும்
மந்திரப்பாடல் முத்தம்...

ஆகாயம் தொடும் மரங்கள்
அக்காயம் மறக்கும் மனங்கள்
ஆசைக்கு ஆண்கள்
ஆள்வது வரைக்கும் பெண்கள்....

அதிகாலை சிரிக்கும்
அவள் முகம் அருவிக்கும்..
அக்கரைக்கு ஆய்தல் கள்ளம்
அவதியில் அடிமனசு துள்ளும்..

காணும் இடங்களில்
பசுமைப்பாவை பார்வை..
போகும் இடமெல்லாம்
இன்னும் இருகண்கள் தேவை..

தேனும் திகட்டும்
தித்திப்பு இசையும்..
திரும்ப காணவே
அழைக்கும் இமையும்...

உதட்டோர இன்பம்

உள்ளத்தில் நிறையும்..
உயிரும் இளமையோடு
இங்கேயே உறையும்...

உறக்கத்தில் எழுந்தாலும்
உடுப்புகளில் அச்சம்..
உயிர் கொண்ட தேவதைகள்
இங்கே உண்டதுபோக மிச்சம்..

உனக்குள் நான் காண
நகைப்போடு கடக்கும்..
நான் பேசும் நற்றமிழும்
இவள் நாவோடு இனிக்கும்...

நதியோரம் கரைகள்
பூத்தே குலுங்கும்..
புதையலும் பூமகளும்
இவள் மை கண்டு கிறங்கும்..

காலாற நடைபோட
கவிதைகள் பல கடக்கும்..
கடவுளுக்கும் பிறப்பெடுக்க
இங்கே தான் பிடிக்கும்..

இரவு நேரங்களில்
இமைகள் தவழும்..
இன்பம் இங்கேயென
இறைவனுக்கும் தெரியும்...

பூவைத்து கோலமிடும்
பூக்கள் இங்கே..
புடவைகள் முதற்கண்டு
புலம்பல்கள் தானிங்கே..

புதிதாய் ஒரு பூ காண
புரிந்துணர்வு விருப்பம்..
புரிந்தவர்கள் புலண்நோக
புதுக்காலை விரும்பும்..

பூவிற்கும் பூக்கடைகள்
இங்கே தான் இருக்கும்...
பூமியில் பூப்பந்தும்
புடவை உடுத்தி நடக்கும்...

முன்நெற்றியில் சந்தனமும்
முகத்தோடு மினுக்கும்..
மின்மினிப்பூச்சிகள்
மிருதுவாய் திறக்கும்...

மிகையில்லை
மீன்குஞ்சுகள் மை இட்டு
இமைக்கும்..
இடை வெளியில் இடம் கேட்டு
இருதயமும் தவிக்கும்...

கிழங்கும் கிழக்கும்
இங்கே தான் தொடக்கம்..
கிண்ணங்கள் மருந்தில்
மாயங்கள் மயங்கும்..

கிடைக்கும் வாழ்க்கை
கிளிஞ்சல் கோர்வை..
கிளிப்பேச்சு மலையாளம்
கிளைகள் சேவை..

அழகில் ஆள்மனசு

அமைதியிழக்கும்..
அனைத்து அழகிற்கும் எல்லை
இங்கே தான் இருக்கும்..

58. ஆற்றங்கரை...

அந்தநாள்..அந்தநேரம்..
அமைதிதேடி நான்..
அலைந்த நேரம்...
ஆளில்லா நதிக்கரையில்
நீர்தே(க்)கத்தின் அரவணைப்பில்
நான்..

நான் ஒரு கணம்
அதிர்ந்தே போனேன்..
எனக்குள் அழுதே போனேன்
ஆசையாய் அவள் காண
மனசுக்குள்....
என்னே ஒரு சுகம்..

அந்த ஆற்றங்கரையோரமும்
அழகும்
அதனருகே பசுமையும்
பசுக்கள் மேயும்
புலமையும்...

படித்துறை பார்வைகளும்
தூரமாய் கேட்கும்
கபடமில்லா கன்னியரின் நகைப்பும்
மனசு வெளுக்கும்
வண்ணா வலி போக்கும்
நற்புலமையும் ஒரு சேர...

மடையோடு குதித்தோட
வழியின்றி வனப்பாய்

அதன்வழி செல்லும்
அவளைக் கண்டேன்
ஆற்றலைக் கண்டேன்....

என்னையே நான் மறந்தேன்
அந்த ஆள்அரவமற்ற
ஆற்றங்கரையோரத்தில்
காலுடையை மேல் நகர்த்தி
கால் பதித்த நேரத்தில்...

காதலாம் அவளுக்கும்
என்னுடலுக்குள் சிலிர்ப்பு
நரம்புக்குள் அவள்
சிரிப்பு..

அங்கே துள்ளி விளையாடும்
சிறு மீன் கூட்டங்கள்
எள்ளி நகையாடி
என் பாதத்தில் படரவிட்ட
வார்த்தைகளை படிக்கையில்..

கால் மட்டும் கலந்தேன்
ஆற்றுக்குள்..
உடையில்லா அவளோடு
காமமின்றி கவிதைக்குள்....

தூரமாய் எனக்கே எனக்காய்
குரல் நீட்டிப் பாடிடும் அந்த
குயிலின் குரலைக் கேட்கையில்
அவளேதோ தூது சொல்வதாய்
தேறல்.. அழகுத் தோற்றல்..

அப்போது ஆசையில்

தடவிப்போன
தென்றலின் இணைவும்
தேக்கத்தின் அசைவும்..
ஆகா....என்னே சுகம்
தழுவல்....

வாழ்ந்தால் உன்போல்
வாழணும்...உயிர் கொண்டு
உயிர்களையெல்லாம்
வாழச் செய்யணும்
உன்னோடு சேர்ந்தே....

நான் தான் முதலோ
உனக்கு..
இல்லை.. இல்லை..
ஊடலுக்கு...

ஆமாம்.. நீ..
எத்தனை உடல் உண்டு
உள்ளம் களித்தாயோ..
உயிரோடு ஊனாகி
என்னை சமைக்கவும்
சுனையானாயோ...

சுற்றிலும் குளுமையாக்க
நீ குதித்து வருகிறாயோ..
குளித்த உடல் கண்டு
மனதோடு உடுக்கிறாயோ
மணக்கிறாயோ....

என் உச்சிமுதல் பாதம்வரை
உள்ளது..நீயோ..
உடலுக்குள்

குருதியாய் உருமாற்றம்
கொண்டவள் நீயோ...

காணாகாடு மலையில்
நீ முளைத்து இன்று
கால் தடவி தவழ்கிறாயோ
காதலிதுவோ...

காட்டருவியாய் சூழ்கொண்டு நீ
கள்வன் கடலோடு சென்று
கலவிடுவாயா..
களம் பெறுவாயா..

மேகமாய் கருக்கொண்டு
காற்றால் அறுவை செய்து
மழை மழலையாய் மீண்டும்
பிறந்து வருவாயா....

ஆம்.. வருவாய்
ஆனாலும்..
ஒரே முறை..
என் பாதத்தில் படர்ந்து போ..

நான்
கால் நனைக்கிறேன்
உனக்குள் .
கணநேரத்தில்
காதல் வளர்க்கிறாய்..
எனக்குள்...

சாதல் வேண்டாமென்கிறாய்
இப்போது..
காதல் செய்து பார் என்கிறாய்

தப்பேது..

கண்ணீரோடு கண்கள்
காலம் கடக்கிறது..
கவலை மறந்து போகிறேன்..

மீண்டும்
கவலை தான் எனக்கும்..
உன்னிடம் கொடுத்த
என் கால்களையும்
காதலையும் மீண்டும்
திரும்பப் பெற...

அப்போது
ஆறுதல் பெற்றேன்..
உன்னாலே..
அதனால் ஆற்றாமை கொன்றேன்
பின்னாளில்..

59. மீசைவைத்த பட்டாம்பூச்சி..

மீசைவைத்த பட்டாம்பூச்சி
கண்டதுண்டா நீயும்..
கணவன் மீசைக்குள்
ஒளிந்திருக்கும் கதை
சொல்லப்போறேன்..நானும்..

கருத்த மீசைக்குள்
கண்ணீரும் ஒளிந்திருக்கும்
கட்டிலுக்கும் தொட்டிலுக்கும் ஏங்கும்
கட்டாய கண்ணீர் கதையிமிருக்கும்....

கண்கள் காண்கையிலே
கற்பனை மட்டுமே தெரியும்..
கவளச்சோறு தேடும்
காளையின் வியர்வை
அங்கு கருகும்..

கண்ணோடு காண்பதெல்லாம்
கை பிடிக்கவே நினைக்கும்..
காலோடு செருப்பு பேசும்
கயிறு வாங்க காசில்லையென்று ஏசும்..

கட்டம் கட்டும் சாதகமும்
பாதகமாய் மாறும்..
மாமனார் மாமிக்கும்
மறு(ரு) மகன் தானே கேட்கும்...

மல்லுவேட்டி மடிச்சுக்கட்டி
காளை அடக்கக்கூடும்..

மைனர் சங்கிலி கழுத்திலிருக்கா
மாராப்பும் மணவறை தேடும்..

அத்தனையும் சேர்த்தால் கூட
மனைவிக்கு காலடியே வேணும்..
மறந்தும் மறுத்திருந்தால்
மனசு எப்படிச் சேரும்..

சேலைக்கு புரியவைக்க தெரியாமலே
தெருவோரம் கவிழும்..
கண்ணுக்கு தெரியாமலே
தூக்கத்திலும் அது அழும்..

கற்பனையாய் குடி மறக்க
குடிப்பதாய் சொல்லும்..
குடும்பத்தில் குறை போக்க
சில இடத்தில் குற்றுயிராய் வாழும்..

சேலைக்குள் மனசு மறைக்கும்
விந்தை ஆக்கம் பெண்கள்..
அழுவது தெரியாமலிருக்க
மீசை முறுக்கும் ஆண் கண்கள்..

60. பிழைகள்..

கணவருக்கு தெரியாமல்
நான் செய்த காரியப்பிழை..
காரணம் பிழையின்றி
கவனம் குறைக்கும் கவிதைப்பிழை..

கருப்பும் வெள்ளையும்
இல்லை
கக்கத்தில் கவனப்பிழை..
கட்டிலுக்கும் தொட்டிலுக்கும்
கண்ணோரம் கானல் பிழை..

கவனமாய் நான் முடித்த
முந்தானை இருப்பு பிழை..
பிழை சேர்த்து வளம் சேர்த்த
அம்மாவுக்கு அவசியப்பிழை..

அவனோடு கண்கொண்டு
ஆராய்ந்த அலைப்பேசி பிழை..
ஆதரவில் யாரிருக்கா
ஆங்காங்கே ஆண்மைப்பிழை..

அப்பொழுது நான் கொண்ட
அரிதாரம் ஆட்சிப்பிழை
ஆணவத்தை நான் கொல்ல
கையாண்ட பசிப்பிழை..

பசித்து வரும் நேரம்
பகலோடு பண்புப்பிழை..
பார்வைக்குள் முள் குத்தும்

பணிச்சுமை பகைப்பிழை..

பாசத்தால் பதிவிரதம்
பஞ்சாமிர்த சுவைப்பிழை..
சுவையான சுகம் தரும்
சுவைத்த வார்த்தை சோரப்பிழை..

கருத்துக்குள் மோதல்
கண்களில் நீரே பிழை..
காலம் கடந்த பின்னே
கயமையும் காட்சிப்பிழை..

கண்ணுக்கும் கணவருக்கும்
காதலோடு கடைசிப்பிழை..
காரியம் இனி குறைக்க
கவனிப்பில் சுற்றுப்பிழை..

கண்டும் இனி காணாமலும்
கனவுகளில் களவுப்பிழை..
காதல் பண்ண நேரமில்லை
காகித ஓரத்தில் கண்மை பிழை..

61. பொறுமை

எதற்கும் பொறுமை வேண்டும்
எழுகவிதை பிறப்பிற்கும்
என்னவள் மறைப்பிற்கும்..

எப்போதும் திறவு வேண்டும்
எழுகவிதை மதிப்பிற்கும்
என்னவள் மனதிற்கும்..

எங்கேயும் பொறுமை வேண்டும்
எழுகவிதை வாழ்க்கைக்கும்
என்னவள் வார்த்தைக்கும்..

எண்ணத்திலும் பொறுமை வேண்டும்
எழுகவிதை கருத்திற்கும்
என்னவள் கருவிற்கும்..

எழுதுகையிலும் பொறுமை வேண்டும்
எழுகவிதை விரலிற்கும்
என்னவள் விழி அசைவிற்கும்..

ஏமாளிக்கும் பொறுமை வேண்டும்
எழுகவிதை படிப்பிற்கும்
என்னவள் படைப்பிற்கும்..

கதகதப்பிற்கும் பொறுமை வேண்டும்
எழுகவிதை களவிற்கும்
என்னவள் கைகளவிற்கும்..

பொறுமையோடு..நான்..

..இயலி..

62. பெண்ணியம்..

பெண்ணுக்கு அறிவுரை
ஆணுக்கு அழகல்ல..
ஆனாலும் என்ன சொல்ல
அவனைப் பெற்றவள்
அவள் தானே..

அடிவயிற்றில் ஒருநாள்
வலியொன்று நெட்டித்தள்ள
மனதோடு வலி கண்டால்..
மாலையிட்ட மன்னவனிடம்..

மாராப்பும் சிலநேரம்
மழைக்காலம் காணக்கூடும்
மங்கும் மழைப்பார்வை
மாற்றானிடம் பேருந்து
பயணமதில்..

மனசுக்குள் சிலநேரம்
மதிப்பொன்று கருவாகும்
மனசிற்கு கேளாமல்
மடை திறந்து வெளியேறும்..
மங்கும் மங்கை மொழி
குடும்பத்தில் மாசாகும்....

மாசம் பல கடந்தாலும்
மாற்றம் பல கண்டாலும்
மாராப்பின் மதிப்புலகறிய
கோவலன் தான் உயிர் துறந்தான்..
கண்ணகியின் கற்புரைக்க..

கண்ணாகும் ஆணுக்கு
பெண்ணாகும் போது..
கருத்தென்ன கற்பென்ன
கல்லெறிந்தா விழும்..
காய்க்கும் மரத்தின்
மாங்காயோ மனம்..

மகிழ்வான் மனிதனும்
தன்னோடு வழிவந்த
தமையவள் தலைவியாகும்
போதும்..
தனக்கு மேல் வளரும்
தன் துணைவி
தலை நிமிரும்
போதும்..

நானும் அவ்விடமே..
நாவோடு நல்ல தமிழ்
உரைப்பேனே..

உளியது கொண்ட
சிற்பம்..
கருவறையும் செல்லும்
கல்லறையும் செல்லும்
கல்கொண்டெறிந்தால்
கற்பனையோ விழும்..

மூடர்கூடமே..
முழுவிழி திற..
முந்திப்போ...நீ
வெற்றி பெற..
முழுமனதோடு நானிருக்கேன்..

உற்ற துணையாய்..
தொலைதூர தோழனாய்..

63. கடைசி காலம்...கசக்கும்..

நலமா..நீங்கள்
நாவோடு இனிக்கிறது
வார்த்தையாய் கசக்கிறது
வாழ்க்கை கேட்க.....

நாளும் பொழுதும் நமக்காய்
உழன்ற நம்தாய் தகப்பனை
நாம் கேட்கையில்...
நா இனிக்கிறது
வாழ்க்கை கசக்கிறது..

ஏனடா..தப்பு செஞ்சே
இப்பிறப்பில் ஏதுமில்லே..
நான் செய்த குற்றம் தீர்க்க..

கூன்குறுக்கி நடை தப்பி
நா வறண்டு நன்றி கெட்டு
அவன் பேசும் வார்த்தையெல்லாம்..

நான் பேசியதாம்
சிறு வயதில்..

உடல் வளர வளர
மனசு சுருங்கும்
மனசுக்கும் கண்ணுக்கும்
மாற்றங்கள் பெருகும்...

வாயொன்று பேசும்
கண்ணொன்று சொல்லும்

காலனின் கனக்கிதுவாம்
கைத்தடி ஏந்தும் நாளில்...

கண்ணோரம் கைப்பிள்ளை
தேடும்..
கருவும் ஆங்கே
கசப்போடு பேசும்...

மூத்திரவாடை முந்நூறு
நாற்றம்..
மூக்கோடு சிந்தும்
கண்ணீரும் நாறும்..

கட்டியமனைவி
கட்டிலைத் தேடும்..
கட்டிலோடு தூக்கிப்போக
காலனை வேண்டும்..

கவலைகள் பிறக்கவே
நாம் பிறந்தோம்..
கவலைகளோடே நாம்
வளர்ந்தோம்...

கவளச்சோற்றில் தொடங்கும்
கவலை..
கனவு தொலைத்து உறங்கும்
வரைக்கும்...
கவலையாய் நம்மை துரத்தும்..
கண்களை எரிக்கும்..

கருணை வேண்டுமே
கடைசிவரை காப்பாற்றும்
பிள்ளை வரம் வேண்டுமே..

என்ன செய்யேனோ
என்னைப் படைத்தவனே...

64. அவளே அழகு..அம்மாவாய் அழகு..

அவள்தான் அழகு
அவள் மட்டுமே அழகு..

முலை முட்டி
உயிர் குடித்தேன்
அவள் அழகு...

மூன்று விரல் பிடிக்க
மண்ணில் நடந்தேன்
அவள் அழகு..

அவள் விடிகையில்
விழி திறந்தேன்
அவள் அழகு..

அவள் முகத்தில்
பசி மறந்தேன்
அவள் அழகு...

அவள் விழிக்க
நான் கண்ணயர்ந்தேன்
அவள் அழகு..

அவள் விரல்கடித்து
சுவை அறிந்தேன்
அவள் அழகு..

அவள் கண்ணீரில்

கவலை மறந்தேன்
அவள் அழகு..

அவள் கற்பிழக்க
நான் பிறந்தேன்
அவள் அழகு..

அவள் கற்பிக்க
கனவு கொண்டேன்
அவள் அழகு..

அவள் கடித்த
கன்னத்தில் சுகம் அறிந்தேன்
அவள் அழகு..

அவள் கனிந்த
கருணையில்
நான் கதைத்தேன்
அவள் அழகு..

அவள் தேய
நான் வளர்ந்தேன்
அவள் அழகு...

அவளெல்லாம் சேர்ந்து நெய்த
ஆவியான கடவுளைவிட
அவளே அழகு..
அவள் மட்டுமே அழகு..

என் அம்மாவாய்
அவள் கொள்ளை அழகு..

65. அவளுக்கும் மனசிருக்கு...

பாலாடையொன்று
பசுந்தோள் கொண்டு
பார்வை பறிக்கவே
படைத்தது தவறென்பேன்...

ஏய்..பிரம்மனே..
நீ மண்ணில் வந்து பார்..
நீ செய்த மாபாதகம்
மரபணுக்குள் மடை மாற்றம்..

தெருவோர சந்திப்பில்
ஆங்காங்கே சந்தேகம்
ஆணுக்கும் பெண்ணுக்கும்
அப்படியோர் தார்மீகம்...

என் கண்ணை அவன் கண்டால்
அதனுள்ளே தேடுகிறான்..
ஆங்கெவனும் ஒளிந்திருப்பானாம்..
அவனே அன்பில் குறைகிறான்..

ஆடைக்குள் வேறு வாசனை
ஆடுபோலவே மூச்சை பிடிக்கிறான்.
அங்கேயும் ஆணாதிக்கமே
ஆதவன் வரும் வரை சோதிக்கிறான்..

அச்சச்சோ.. என்ன செஞ்சே
என் நெஞ்சே..ஏன்
பஞ்சாட்டம் செஞ்சே....

அவன் தீண்ட தித்திக்கனுமாம்
அவன் பிள்ளை அவிழ்க்கணுமாம்
அவனோடு போரிட்டு
அவனே தான் ஜெயிக்கணுமாம்..

ஆகலைங்க..ஆண்டவரே
அதுக்குள்ள மனசிருக்கு
அவனுக்கு புரியவில்லை..
படைத்தது எதற்கென்று.....

ஆணுக்கும் என்போலே
மார்பகங்கள் படைத்திருந்தால்..
என் அவசியம் புரிந்திருப்பானா
இல்லை..
அப்பவுமே அவிழ்த்திருப்பானா..

அந்தியில் அழறேன் நான்
ஆயுசுக்கும் அவன் மடியிலே
அடிமையா அடங்கறேன் நான்..

அச்சுப்பிழையே தான்
ஆண் பிறப்போ....
ஆன அவயங்கள்
ஆணுக்கே பொறுப்பு துறப்போ.....

அம்மாவாய் அவனைப் பெற்று
அகிலத்தை காட்டிட்டேன்..
ஆனாலும் ஆண்மகனே
உன்னடிமை ஆகிட்டேன்...

ஆத்திரங்கள் பாத்திரம் வரையே
ஆகட்டும் உனக்கு பசிக்கும்
நானே வருவேன்..

ஆயுசுக்கும் இப்படியே
அழுகறதே..
அன்பாகுமோ...

ஆண்டவரே..
அரவணைக்க மட்டுமே
ஆணினத் தேவை நானா..
அப்படியோர் அகல் பிறவி
அடுத்த முறை
எனக்கு வேணாம்..

எனக்கும் ஒரு மனசிருக்கு
அது மார்புக்குள்ள
புதைஞ்சிருக்கு...

அவன்
புத்திக்கு புரியவை..
புதிதாய் பொழுதை புலர வை..

66. அன்னைக்கு அர்ச்சனை

மார்பு கடிக்கும்
பிள்ளைக்கு....
இரும்பானது மார்பானாலும்
பால் சுரக்கும்
அன்னைக்கு .....

கரம் பற்றும் பிஞ்சோ
செய்யும்
பரிகாசம்....
பரிகாரம்....
இமைவிழித்தே
இலைவிரிக்கும் - அதன்
அன்னை பசியாற்ற
புன்னகைக்கும்...

தாயோடு சேய் இணையும்
நாணமில்லா
இரத்த நாதம்....
இயற்கை இசையோ..
இறைவனின் இசையோ...
கண்பார்த்தே
பசி மறப்பாள்...
அவள் அன்னையாம்...
அவளுக்கு இணையே
இல்லையாம்....
இப்பூவுலகில்...

67. முயல்...உன் கதை முடியும் வரை

முய(ற்சி)ல்...உன் கதை முடியும் வரை..
நடக்கும் பாதைகள்
முற்களாகும்...
நாட்களும்
தூரமாகும்..
கனவுகள்கூட
கஷ்டமாகும்...
துடிக்கும் இதயம்
நின்று போகும்...
தொடங்கும் முன்பே
இரயில்கள்
பஞ்சராகும்....
பசிக்கும்
வயிறும்
உனக்கு
வியாதியைபோல்
தோன்றும்...
வெறும்
வார்த்தையில் மட்டுமே
முயற்சியை
வைத்துக்கொண்டு
வாடியபடி
படுத்திருந்தால்....
எழுந்து வா
நினைத்ததை
செயலில் காட்டு
அந்த வானமும்
வசப்படும்...
உன் காலடியில்...நண்பா...

68. நெஞ்சம் மறப்பதில்லை..

நாம் நட்பாக நட்ட விதை
நெஞ்சுக்குழிக்குள்ளே
உயிர் கொண்டு வளர்ந்தது...
ஏன்
என் கண்ணீரை ஊற்றி
நீ கருக்கினாயோ..

நாம் நடந்த சுவடுகள்
மண்ணோடு
ஏன்
என் கண்ணோடு நடுகையிட
நீ காத்திருந்தாயோ..

நாம் உச்சரித்த
உரிமைகள் நினைவோடு
ஏன் என் உடல்விட்டு
என் நினைவே நீ பிரிந்தாயோ..

நீ கடத்திய காலங்கள்
கைக்குள்ளே
ஏன் கைரேகையோடு
என் நாட்களை கட்டிப்போட்டாயோ..

நீ பிடிக்குமென்றே உடுத்த
உடுப்புகள் என்னோடு
ஏன் நீ
உடுப்பானவளை
வெற்று உடலென்றாயோ...

நீ கண்துயில
கண்டு களித்த
கண்கள் இங்கே
ஏன் கண்ணோடு கனவுகளை நீ கலைத்தாயோ..

நீ நட்பைக்காட்டிய
நாள்காட்டி
நான் இங்கே
ஏன்
என்னில் உன் பதிவுகளை கிழித்தெறிந்தாயோ...

நெஞ்சம் மறப்பதில்லை
உன்னை
நீயில்லா அது
நெஞ்சமாய் இருப்பதில்லை..

நெஞ்சு பொறுக்கவில்லை
இந்நாள்
பஞ்சாய் எரிகின்றேன்
உன்னால்...

69. நானே..பணமாய்..

உள்ளேயும்
வெளியேயும்
உன் நினைப்பு
குருதி போல..

இடையிலோ
ஏன் மறைப்பு
ஆடையால..

பணம் கொண்டு
பிணம் தின்ன
ஆசையின்றி..

பிணமாக நானாவேனோ
பணமின்றி..
மனமின்றி..

70. தமிழே..உணவாய்..

ஒருமுறை நான்
உணவோடு கலந்தேன்..

உயிர் தொட்டு
உணர்விட்டு
ஊற்றாக உயிர்த்தேன்..

கருவினில் தான்
காற்றாக மிதந்தேன்

கனவோடு
நனவோடு
கைநீட்டி அழைத்தேன்..

உலாவும் காற்றிலே
உப்பாக இனித்தேன்..
தமிழாக
தரமாக
உயிர் தேடும் சுவையாக..

ஏனோ
இன்று பிணங்கள்
பணங்கள் தேடுதாம்...

பசிக்கவே மறந்து
பொழுதோடு சாகுதாம்..

தரையோடு தரையாக
ஊன் கரையும் உயிரோடு

உயிர்த்த கூட்டமாங்கே
கூதலில் சாகுதாம்
இவை இங்கோ
கூடிச்சாகுதாம்..

71. எது இன்பம்..

இமைகளை மூடிக்கொண்டேன்
இல்லம் இருட்டானது என்றது
பூனை..

இதழ்களை மூடிக்கொண்டேன்
இவ்வுலகமே இன்பமானது என்றான்
மனிதன்..

72. கைப்பேசி..

காதலை காண்பித்த
கற்சிலை..
கை தீண்ட உயிர்பெற்ற
கண்விழித்திரை..

கண்விழித்தே காணும்
கனா காட்டி..

காட்டிக்கொடுத்து காலத்தை
களவு கொல்லும் கலைஞன்..

கலையோடு கால்பதித்த
இளைஞன்..
இளைய தலைமுறையின்
போட்டியில்லா தலைவன்
கைப்பேசி...

73. விண்வெளி..

விழி காணா அதிசயம்
ஆள்மனம் தேடும் அபூர்வம்
கனாக்களோடு நாம் பயணித்த புதுஉலகம்..

இதோ அங்கே இராமனும் இராவணனும்
ஏலியனும் ஏவாளும் இன்னும்
இன்பமாக இருப்பதாக
நம்பிக்கை தரும்
சோறூட்டும்
தாயின் கருவரை காப்பகம்...
கடவுளின் இருப்பிடம்..

விழி தீண்டாத ஒளித்திரை
வானம் கடந்த வாமனன்..

வாழும் உலகை படைத்திட்ட
வயோதிகன்..
வகைவகையாய் வளையலிட்ட
வாணியின் நேசகன்..

விதையிட்டு பல கவிதை கண்ட
கலைகளின் கனாக்காரன்..

காசை தின்று
கடன் வாங்கி சோறு தின்னும்
இந்தியனும் விழித்துக்கொண்டு
இருவிழி மூடிக்கொண்டு
கனாக்களில் தேடும்

கருப்பிடம்
விண்மீன்களின் நீச்சல் குளம்
விண்வெளி..

74. கவிதை எழுதணும்...

கவிதை எழுதணும்
நான்
உன்னைவிட ஒரு சிறந்த கவிதை
எழுதணும் நான்..

பலவருட தவமாக
உன் தாய் உன்னை தந்திட்டாள்
என் எண்ணத்தை வண்ணமாக்கி
உன் உள்ளங்காலில் பதித்திட்டாள்

பலநூறு வண்ணங்களை
உன் கன்னங்களில் கூட்டிட்டாள்

உலகத்தின் புன்னகையை
உன் விழியோரம் காட்டிட்டாள்

எதுகை மோனைகளை
என் கையோடு கற்பித்தாள்

கருவோடு உன்னைத்தாங்கி
என் கரத்தோடு பதிப்பித்தாள்

பாடாத மெட்டமைத்து
சேலையோடு தாலிட்டாள்(தாலாட்டு)

தன்னைவிட உன்னுடலை
தவமாய் காத்திட்டாள்..

ஏட்டோடு எழுதா என் கவியை
கருவோடு கடனாக பெற்றிட்டாள்

கருவரையில் உருவேற்றி
உன்னை அவள் பெற்றிட்டாள்
எனக்கு கவிஞன் என்றே
பெயரிட்டாள்..

என் கவிதையே நீதானடா
என் கண்ணே
என் கவிதையாள் உன்னைப்
பெற்ற பின்னே...

75. வாகனம் ஓட்டும் சேலையே...

வாகனம் ஓட்டும்
சோலையே
என் சேலையே....

கொடி பிடித்துப் போராட்டம்
கோட்டையை பிடிக்கவா..
கோபமாய் என் கண்கள்
கேட்டது கண்ணே
கோவை உன் முந்தானையிடம்...

காற்றிலே படரும்
கன்னி உன் கார்ப்பும்
கசப்பும் கலந்தே
காதல் தேரோட்டம்
கண்ணோடு....

சாலை விதிகளை மறந்தே
சாய்ந்தாடும் விளக்குகளும்
உன் சேலை அசைவிற்காய்
செயலிழந்து நிற்கிறதே...

முந்தானைச் சேலையை
முடிவில் இட்டுப்போ
இல்லையேல்
நானும் முடிவு தேடிப் போயிடுவேன்...

உன் வாகனத்தில்
முத்தமிட்டே...

வரைமுறை
வானத்தின் வரைமுறை
வடிவில்லா மேகங்கள் தாண்டி..

மதத்தின் வரைமுறை
முடிவில்லா மார்க்கங்கள் கோடி....

ஆணின் வரைமுறை
இருதயமில்லா இல்லாளின்
இருவிழி மூடி...

மங்கையரின் வரைமுறை
மனம் தின்றே செரிக்கும்
மனம் தேடி...

எழுத்தின் வரைமுறை
ஏடு தின்னா எண்ணங்கள் பாடி...

என் வரைமுறை
என்னுயிர் தமிழ்மடி நாடி...

76. இருவருள் இரகசியம் வேண்டாம்...

இருள் மறைத்தவை
இமைகளுக்கு சொந்தமில்லை..
இமை மறைத்தவை
இதழ்களுக்கு சொந்தமில்லை..
இதழ் மறைத்தவை
இருதயத்திற்கு சொந்தமில்லை.
இருதயம் மறைத்தவை
இருவருக்குமே சொந்தமில்லை..
இருவரும்மறைத்தவை
இல்லறத்திற்கு சொந்தமில்லை...
இல்லறத்தில் மறைத்தவை
இருள் சூழ்ந்து பாழாகும்...

77. வாழப்பழகு..

வாழைமரம் போல
வாழப்பழகு..

உன்
தலையே வெட்டப்பட்டாலும்..
உன்
வேர்
உன் கொள்கையைப் போல
உயிர் கொள்ளும்..
உறுதியாய் வெல்லும்..

வாழப்பழகு..பிறரை
பழக்கு..

78. தாய்ப்பாலே....உன்னை மறவேன்...

தொடைகுந்தி
தொங்கட்டான் பறித்து
தோளில் ஏறி
தூளியாடி..
மண்டைக்கு
மண்ணிட்டு
மறந்தேதான் போனேன்..

நீ
மீண்டும்
எனக்காய் மகளாய்
பிறக்கும் வரை...
என் தாய்ப்பாலே...
தாய்க்கும் பாலே...

ஓடோடி..காதலனோடு
என்
கண்ணே
பார்த்த உடனே காதலா..

அவனுக்காய்
என்னையே வெறுப்பதா..

என் உடல்
உன் பார்வையிலேயே வேகுதடி..

குட்டி குட்டி

இரத்தமெல்லாம்
ஒட்டி ஒட்டி
உன்னை பெற்றெடுத்து

..என் பால் அருந்தும்
வேளையில்
நான் பட்ட
இன்பமெல்லாம்..
உனக்கு கால் தூசியாய்
போனதோ..

என் பாசம் அடி மாடாய் ஆனதோ...

என் கண் வழியும்
இரத்தம்..
உனக்கு ஏன் கண்ணீராய்
மட்டுமே தெரிகிறதோ..
போ..

உனக்கு அந்த
நாளும் வரும்..
உயிர் வலி கொள்ளும்..

அப்போது தெரியும்
நீயும் தாய் என்பதை..

உன் அப்பன்
போன பின்னே
நீயே உயிரானாய்..

இன்று நீயின்றி..
உடல் மட்டும் இங்கு..

79. வேண்டாம்மா..விட்டு விடு...

எனக்கு
உன்னை மொத்தமா பிடிக்கலை..
எழத்தை படிக்கையிலே
பதறுது மனசு...
நிம்மதி இல்லை
சந்தோசமில்லை....

என் எழுத்தை படிக்கையிலே
மனசுகுளிரவில்லை...
மதி மயங்கவில்லை....மாறாக
பற்றி எரியுதே...
பதறவே வைக்குதே...

உன்ன புரிஞ்சுக்க
என் வயசு பத்தாதம்மா...
என் ஆக்கம் பொருந்தாதம்மா...
ஏதோ நானும்
இளங்கோவின் பேரனல்ல...
பாரதியின் பையனல்ல....

இராஜேஷ்குமாரையும் சுஜாதாவையும்
அறைகுறையாக படித்து வளர்ந்தவன்...
கதையின்னா என்னவென்று
அறியா வயதிலே....
கோட்டயம் புஷ்பநாத்தை படித்தவன்...
பாடபுத்தகத்தோடு
கதையையும் படிக்கவே பயந்தவன்
படித்தே வளர்ந்தவன்...

நான் எழுதுவதோ ஏதோ
மண்டைக்குள் தோன்றுவதை...
இல்லை..இல்லை...
யாரோ மண்டைக்குள் சொல்வதை
கைகளால் எழுதுகிறேன்
கரையானுக்கு மண்வீடுபோல....

எழுத்துகளின் அர்த்தமே
வாசகனின் கருத்துக்களில் தான்
அறிகிறேன்....

என்னை நோகடிக்காதே
ஏனெனில் எனக்கு
எழுத தெரியாதே..
எழ முயற்சித்தே எழுதறேன்...
உன் பெயரை கண்கள் காணவே
மனசு கருகறேன்....
பலபெயரை மாற்றி மாற்றி
நானும் எழுதறேன்...
மனசுக்குள்ள உன்னை ஏமாத்தறேனோனு
மதிகெட்டே அழறேன்...

வாயில்வைத்த
சர்க்கரை போல...
தானாகவே கரையறேன்...
என் எழுத்தாலயே தினம் அழறேன்...

என் மூளை சொல்வதை
கை எழுத மறுக்குது...
மனசு கேட்பதை
மூளை சொல்லவே மறுக்குது...

என் நிலைமை யாருக்கும்

வேண்டாமம்மா....
எழுதுவதே வரமென்றேன்
இன்றோ
எழுதா நொடிகளே
வரப்பிரசாதமாய் தோன்றுதே...

எனக்கு பிடிக்காததை
எழுத
கைகள் மறுக்குதே...
கண்கள் குளமாகுதே..
என்ன சொல்ல...
குருவி தலையில் பனங்காய் போல..
உன்னிடம் நானும்
உயர பறக்க முடியாமலே
தடுமாறறேன்...
தவிக்கறேன்...

80. இல்வாழ்க்கை....

நீண்ட நெடுவிழி
சுட்டிடும் அருகே..

நிஜமாகவே நினைவில்லை
நீதானா தெரியவில்லை
நித்தமும் நித்திரை கெட்டு
நீர்அருந்திய நாக்களோ
நான் மறக்கவே
நாண் திறக்க
நடை பயிலும்
நடை மறந்தே குழந்தையாய்...

நான்கு திசையும் இசையும்
இசையாக இருவரிகள் இசைக்க
இணங்கிடும் இருதயங்கள்
இல்லறத்திலே....

பெண்ணுக்கும் மனசு உண்டு..
அன்னப்பட்சிகள்
ஆளுமைகொண்டால்
ஆணாதிக்கம்
என்னாகும்..

ஆசைக்கு அவள்
அடிபணிய மாட்டாளே..

குட்டகுட்ட
குனியவும் மாட்டாளே..

வாசல் படி
தாண்டிவிட்டால்
பத்தினி தன்மை போய்விடுமே..

யோசிக்கும்
ஆண்களே..இதே
கேள்வியே உங்களுக்கும்..

நாங்கள்
அடிமை இல்லை..
அடி மனதில்
ஆயிரம் ஆசைகளை தாங்கியே
கனவுகளோடு உன் கரம்பிடித்தே
காதல் கொண்டோம்..
நீயோ
என் மாராப்பில் மறைத்த
என் மனதை என்று
காண்பாயோ...
ஆண் திமிரே..
உனக்கு திமிரே என் பிறப்படா..
புரிந்து கொள்..

81. களத்து மேடும்...காதலும்...

காத்தோடு துணைகள் தங்களுக்குள் பேசும் சேதி...கிராமத்து களத்து மேட்டிலிருந்து நேரலையில்....

(வீட்டில் பயணமுன்னெடுப்பு)

இன்னும் கொஞ்சநேரம்
இமைமூடி இருக்காதா..
இரந்தவன் கேட்கிறான்
இணையாளிடம்..

இருப்பது கொள்ளும்போல்
இடையிடையே கேள்வியென்ன
இருமாப்பும் கொள்ளுமய்யா
இமை வழியே சொல்லுதய்யா..

ஓ..ஓகோ...பரிகாச புன்னகையோ
பகலிரவு தாளலியோ...
பசிக்கு என்னைத் தின்றாள்
என் கன்னு மேய்வதெப்போ...

நான் சமைச்சதை தாரேனுன்னு
தாய்மடியாய் நானிருக்கேன்
சமைஞ்சது வேணுமின்னோ
உன் புத்தி ஓட்டடையாய் மேயிறதோ..

குருவிக்கு குசும்பபாறேன்
கோழி கொத்திடும் நேரமிப்போ
களத்து மேடு காத்திருக்கு
காலைவேளை கருக்கலியே...

கருத்தா தான் பேசுறியோ
கருத்த மச்சான் கண்ணுலயே
கவனமாய் போயி வாயேன்
கருக்கையில காத்திருக்கேன்...

கானக்கொடியே போயி வாரேன்
காத்தோடு சேதி சொல்லு
காதுல பதில தாரேன்..

(வேலையில்)

காட்டுக்குருவி கத்தறதே
கருப்பி நெனப்போடு சுத்தறதே
கழனிக்குள்ள கவுதாரி போல
கவனமெல்லாம் கொட்ட மடிக்கறதே..

கன்னங்கருத்த கம்பு
கல்லொரல் போட்டிடிச்சி
கறிச்சோறோடு காத்திருக்கு
கருவாட்டு பானை தேடி
கருப்பு பூனை வாரதெப்போ...

களவாணி பயநானே
கருத்தாவே பேசி வந்தேன்
கழனியில கன்னு இல்ல அது
கதவோரமே சுத்துரதே...

காட்டுப்புலி ரெண்டு கட்டி
பல்லுபடா பருத்தி கொண்டு
பக்குவமா நெஞ்ச மேலாக்கு
மேகமும் பாத்திருக்கே
உன் வரவை காகம் சொல்ல கேட்டு
கதவோரம் கரையிறேனே..

சும்மாவே சுத்துதடி
உன் சுருக்குச்சேலை நெஞ்சுக்குள்ள
நீ கவுனியெல்லாம் கட்டிப்போடு
கவுளி சத்தம் மட்டுப்போடு
கருப்பட்டி பாவுபோல
கட்டழகன் இப்பவே கரைஞ்சிருவேன்..

அந்த கவலை உனக்கு வேணாமய்யா
கக்கத்துல சுத்திப்போடு
பக்கத்தில சுகமா நானிருந்தா
உன் நாக்கில் சுண்ணாம்பும் செவந்திருமே...

(அவன் வருகை)

செந்நிற கன்னு ஒண்ணு
காளையோட கட்டுக்குள்ள
கால்தடம் சத்தமிட
என் சலங்கையும் நானிருச்சே..

சக்கர தேனிவளோ
சங்கு சக்கர நகையழகோ
மனசுக்குள்ள சுத்துறாளே

என்ன பித்துக்குளி ஆக்குறாளே..

பித்தானேனய்யா உன்மேல
பிள்ளையா என்ன நீ கை பிடிக்கயில
தாயானேன் நானும் தவிப்போடு
தடங்கலை தவிர்க்கவே இந்த ஏற்பாடு..

அட..யாத்தி..பாருடா..
அம்மையாருக்கு அடி மனசு ஆசைய
ஆட்டுக்கறி வாசனையோ
ஆளை தின்னுருச்சு
ஆம்பளையவும் தின்னத்தானோ
ஆத்திமரம் கூந்தலில் பூத்திருக்கு..

ஆசையில நட்டுவைச்ச
மல்லிகையும் பூத்திருச்சு
அடிச்சு போடும் வாசனையில்
மனசுவரைக்கும் மலர்ந்திருச்சு..

மல்லிகை வாசத்துல
மாமனை வளைச்சுப்புட்ட
மந்தார புன்னகையில் உன்
மனசையும் புரியவைச்ச..

புரிஞ்சது புதிருமல்ல
புழுவொன்னு வேணுமில்ல..

புத்திகெட்ட பயபுள்ள
புல்லுக்கட்ட தூக்கிப்போடு
புதுப்பொண்ணாட்டம் பேச்சப்பாரு
பேத்திக்கு நாளைக்கு கண்ணாலமாம்

கன்னுக்குட்டி புடிச்சாந்தேன்
சீருசெய்ய....

என்ன பண்ணி என்ன சொல்ல
என் புருசன் எனக்கு புதுசுதானே..

உன்னோட மனசு போல
என் உசுரும் நீதானே..

(ரெண்டு பேரும்)

கடைசிவரை கட்டிக்குவோம்
கல்லறை போகும்வரை சேர்ந்திருப்போம்...

(நாமும் வாழ்த்திடுவோமே...)

82. சமையல் இராணி...

உப்பிடாத பண்டமும்
சுவைக்கும்
அவள் வியர்வை துளி
அதில்
விழுந்திருப்பதை

ஆண்
உணரும்போது....

83. கட்டண கணவன்

ஒருவனை காட்டு
கடவுளே..

தினசரி
கோவில் சென்று...
கடவுளிடம் கேட்டாளாம்...
காவியா...

கடவுளே

கட்டணமில்லா
ஒருவனை மட்டும் காட்டு...

கழுத்தில் தாலி கட்ட ...

84. வறுமை போக்கு..

வழியின்றி
யாரும்
வறுமையில்
வாழ்வதில்லை...

வழி தெரியாமலே
வாழ்வதால் மட்டுமே..

ஆசையை
எண்ணமாக்கு..
செயல் படுத்து..
எதிர்யார் வரினும்

உன் கொள்கையில் உறுதிகொள்..

வறுமை உன் பின்னால்
வந்தாலும்..நீ
வறுமையை வென்றிருப்பாய்..

85. முகநூலில்...

முகமூடி மனிதர்களின் கூடாகும்
கூடா நட்பால் இது கூடும்..
கூடா விடயங்களை துதி பாடும்
கூடவே வருவது போல் மனம் திண்டாடும்..

முன்னே தெரியாதவரை உறவென்போம்
முகத்தோடு முன்னேவர சுமையென்போம்
முழுவதும் முடிக்காமே கருத்திடுவோம்
முரணான வார்த்தைகளை பயிரிடுவோம்..

பிடித்தது பீயானாலும் நக்கிடுவோம்
பிடிபடாதது பிணிமருந்தேயானாலும் நாவால்சுட்டிடுவோம்

பிறந்தநாளுக்கு வாழ்த்துக்கள் சொல்வோம்
பிறப்பால் சாதி வணங்கி வாழ்ந்திடுவோம்..

பெயருக்கு பின்னே பட்டங்கள் கண்டோம்
காதலின் பெயரைச் சொல்லி கண்டதை தின்றோம்

காதலைச் சொல்லவே சுற்றுகிறோம் - அவள்
கணவனின் கண்ணீரை மறக்கிறோம்...

புகைப்படங்களோடு முத்தம் செய்தோம்
புகையும் நெஞ்சங்களோடு யுத்தம் செய்தோம்..

வீதிப்போராட்டத்தை நாம் பகிர்ந்தோம்
அவர்கள் உணர்வை பகிராமல் நாம் படுத்தோம்..

கட்டிலில் படுத்துக்கொண்டே நாம்

கதை சொன்னோம்
ஆட்சிக்கட்டிலில் தூங்கும்வோருக்கு
காவலானோம்...

கற்பென்றால் கதறியே பதிவிட்டோம்
கள்ளகாதலை கண்டிக்க மறந்திட்டோம்

கண்களால் காதல் செய்தோம்
கண்கானா முகத்தை அழகென்றோம்..

உடைவிலக்கும் உலாவல்களுக்கு உணர்விட்டோம்
உதட்டால் பேசியே உதவிட்டோம்..

முகநூலில் நான் நாமானோம்
முகவரி மாற்றி நம்மை மறந்தோம்.....

86. மரத்தை வைச்சவன்...

வளர்க்கத்தான் பெற்கிறோம் குழந்தையாய்

வாழ்க்கை என்னவென்று
புரியாமலே
வளர்க்கிறோம்..
பிணங்களாய்....

குழந்தைகள்
பிணங்களாவதும்...
தடங்களாவதும்..

அவரவர் வளர்ப்பிலே..

தடைகளை உடைத்தவர்
பிணங்களாவதில்லை...
தடைகண்டு பயந்தவர்
தலைவனாவதில்லை...

கலைஞரும்...கண்ணதாசனும்...

நேருவும்...நேதாஜியும்...

கக்கனும்...காமராசனும்....

காந்தியும்...கோட்சேவும்..

பிறக்கையில் குழந்தைகளே...

மரிக்கையில்...
முடிவு..

உங்கள் கையில்....

87. உணவே மருந்து...

கருத்தமிளகு காரமாகும்
கடித்து சுவைக்கும் நேரம்
புறம் ஈரமாகும்...

இடிச்ச அரிசி தரமாகும்
இனிப்பு நோய்க்கு மருந்தாகும்..

மண்ணில் முளைச்ச பூண்டு ரசமாகும்
மணக்கும் போது விசம் போகும்...

தலையறுத்த வாழைஇரத்தம்
அமிர்தமாகும்
குடிச்சுப்பாரு கல்லும் அபூர்வமாகும்....

தேனும் மாவும் உணவாகும்
உண்ணும் உடலோ இரும்பாகும்...

குப்பையில் விளையும் மருத்துவமே
தமிழனின் வாழ்வில் தனித்துவமே.

பாரினில் கண்டோமோ
தமிழர் வாழ்க்கை போலே..
தமிழனின் உணவே மருந்தாமோ
தமிழனே மருத்துவனாமோ...

தமிழ் மருத்துவம் கொள்வோமே
இந்த தற்கொலை
மருத்துவம் தவிர்ப்போமே.....

88. தமிழே..தாயே..

கோபமில்லை
காந்தியின் மேலெனக்கு
அவர் படம் போட்ட நோட்டு மீதே..

கிட்டவில்லை
வயிற்றுக்குப்போக
வழிகாட்ட அவர் முகம்...

ஆனாலும் கவலையில்லை
கைவிரல்கள் பத்துண்டு
என்னோடு உலகாள..

வெறொன்றும் தேவையில்லை
என் தாயின் மடி துயில..
பசியோடு இருக்கையில்
புசித்திடுவேன்
அவள் அமுதை
கவியாய்..
கற்பனையாய்..
கவி உண்பேன் மழலையாய்..

வயிறு புடைத்த நாட்களில்
வம்பிற்கு அவளோடு
வாய் வார்த்தையில் வானவில்
வரைந்திடுவேன்...

வாழ்க்கையும் வாழத்தானே
வலியும் சுகம்தானே...

வலியோடு வழி தேடியும்
வாடிட மாட்டேனே...

என் தாயின் மடி போதும்
ஏற்றம் பெறும் என்னெழுத்தும்....

எண்ணமும் எழுத்தும்..
எழுத்தறிந்து
எண்ணமறிந்து
ஏடறிந்து
பிறப்பதில்லை..
எதுகை..
எழுதும் கை..

ஏனோ
சிலநேரங்களில்
மோனையின்றி போகலாம்..
மோசமாய் போவதில்லை
எழுதியவரின் எழுதுகை..
எண்ணம் மட்டுமே
தேடி..

(எண்ணம் - விலை..பணம்)

89. மனைவியை மட்டும் நேசி....

கண்ணா..நீ..
காதலனாய் இருந்தாலும்
கணவனாய் இசைந்தாலும்
கட்டியவள் கல்லில்லை அவள்
கருக்கொண்ட உயிராகும்...

தீதொன்றில் பெரிதென்ன சிறிதென்ன
தீயாய் சுட்டிடும் சொல் கூட
சுகம் தீய்க்கும்..

பூமேனி மிதிபட்டு கர்சிக்கும்
பூனையும் புலியாகும்
பூக்களுக்குள் ஒளிந்திருக்கும்
பூநாக விசம் கொள்ளும்....

முழுதும் கேளாமலே
முடிவு சொல்லும் மூத்தோரும்
முன்பின் அறியாமல்
முகம் மறுப்பதும் மனம் கொல்லும்.....

கூந்தலின் நீண்டமுடி
குத்திட்டு இமை கண்டால் கொண்டவருக்கே
கொற்கை உணவோடு உருமாறும்..

பாதம் படர்கையில்
படரும் கொடி படுகையில்
பாதைமேல் நற்கோபம்
பாத விரல்களும் பொய்சொல்லும்...

ஏதோ ஒருநிமிடம்
உயிர் கொள்ளும் ஒரு கோபம்
உணர்வுகளை அது தின்றே
உடலை மண்ணோடு மண்ணாக்கும்..

மறந்தும் மடிப்பிச்சை
மாராப்பில் வேண்டாமே
மாங்கல்யமாய் தீண்டிடுவாள்
மனம் செத்தால் என்னாகும்....

கூடுமானவரை
கொண்டாளை கொண்டாடு
கோவிலில் காவி கட்டி
கோபுரத்தைப் பார்த்தாலும்
கோவில் கருவரையும்
கோமாதா கருக்குழிக்கு ஈடாகாது - நீ

கொண்ட உயிர் கொண்டாடாது..

90. பள்ளி வாழ்க்கை...

பசிக்கு அழுவாரோ
பார்வை சூட்டிலேயே
பாதம் நனைப்பாரோ என்றே
கதறும் பெற்றோரின்
அழகான அழுகை நாளில் தொடங்கி....

அ முதல் ஃ வரை
அம்மாவின் விரல்களைத் தின்று
அவள் விரல் கொண்டே
வித்தைகள் பல கற்று...

விடியலில் காய்ச்சல் கொண்டு
விருப்பமான உணவு
மருந்தாக உண்டு..

உடைந்த எழுதுகோல் புதுசாக்கி
நண்பன் உடைக்க உடன் சிரித்து..

மாலையில் மணி பார்த்தே
மனம் லயித்து
மண்ணில் கண் தின்று
மனதோடு குரங்குபோல் குதித்து..

மாந்தோப்பும் மயிலும்
மீசைக்காரதாத்தாவின் தடியும்
மீசை மிட்டாயும்
முடிஞ்சுவைச்ச பாட்டியின் கொசுவமும் தினமும்
கேட்டு அடம்பிடித்து....

ஆசையோடு மீண்டும் வாழ
இன்னும் ஏங்கும்
அழகான நாட்களாம்
மனசு மீண்டும்
பிறக்கும் மழலைப்பருவமாம்....

மரணத்திலும் மறையாத
முதல்வகுப்பு காதலியோடு
மனசோடு கடிதம் எழுதி
மடித்துவைத்தே மணவரை அன்று
சொல்ல மறந்ததை நினைத்தே அழுத மனங்களின்
உறைவிடமாம்..

உணவை பங்கிட்டு
ஊறுகாய் மட்டுமே தின்று
நட்புக்காய் வயிறு நிறைத்த
வகுப்பறை நாட்களின்
கனவு உலகமாம்..

ஊரைவிட்டு நட்போடு
ஊர்சுற்றிப்போக
உண்டியலை உடைத்தே
உதைவாங்கி அழுத
சுற்றுலா அடம் எல்லாம்
அடங்கும் நாட்களின் குதூகலமாம்...

தபால் பெட்டி கால்சட்டைக்குள்
கடிதம் வைத்த

கயல்விழி காதல்கள்
கண்ணீர் நாட்களின்
கலங்கரை விளக்கமாம்....

சாதியை சாக்கடைக்குள் தள்ளி
சங்கமித்த சாதனை
மனங்களின்
சுதந்திர நாட்களாம்....

நமது
பள்ளி வாழ்க்கை....

91. வெற்றியின் இரகசியம்..

வயிற்றுக்குத்
தெரியக்கூடாத இரகசியம்..
பசி நேரத்தில் வாசனை..

வெற்றிக்கு
தெரியக்கூடாத
இரகசியம்...

தோல்வியின் பயம்...

ஏற்றம் பெற
ஆக்கம் வேண்டும்....

எதையும் துணிந்து
செயல்பட வேண்டும்...

எண்ணியதை
முடிக்க வேண்டும்...

நிதானமாய்
நிதர்சனமாய்
உழைக்க வேண்டும்...

அலைகடல் கூட
ஓடிக்கொண்டே இருக்கும்...

காரணம் சொல்லவும் வேண்டுமா..

ஆடாத கால்களை
நூலில் கட்டி பாடையில்
ஏற்றிடும் ஊர்...

எழு...
ஏற்றம் பெற....

கவனம் கொள்...
துணிச்சலோடு....

தரணி விடியலை பரிசளித்தது...
உனக்கு...
நீ அதற்கு
உன்
புன்னகை பூவை பரிசளி
கூடவே
உழைப்பை உரமாக்கி...

வாழ்க்கை வாழவே...
ஓடிவிடும் எண்ணமில்லை
ஓட விடவே எண்ணம்...
பாதை மாறும் எண்ணமில்லை பாதையை மாற்றவே எண்ணம்...

குறை சொல்லும் எண்ணமில்லை குறை போக்கவே எண்ணம்..
சிறக்கும் எண்ணமில்லை
சிந்தையை சிறைவைக்கவே எண்ணம்

ருசிக்கும் எண்ணமில்லை
புசித்து அழிக்கவே எண்ணம்...
கலங்கும் எண்ணமில்லை
கலங்கடிக்கவே எண்ணம்...

நானும் தூரமாய் ஓடவில்லை
துரத்திப் பிடிக்க நேரம் இல்லை..

வாழ்க்கையும் கூடவில்லை
வசதிக்கும் வாய்ப்பு இல்லை..

வாழ்க்கை இது தானோ..
வசதியை தேடி ஓடாமல்
நம்ம வசதிக்கு
வாழ்ந்துட்டு போவோமே..

92. தாய்ப்பாசம்..

நீண்டகால இடைவெளிக்கு பின் தன் பேரனை கண்ட பாட்டியின் உணர்வுகளை வெளிப்படுத்த எடுத்த முயற்சி....இது..

.. ..அடியாத்தி..என் பேராண்டி
என் பேரண்டி...

என் ராசா வந்திருச்சு
என்ன பாக்க வந்திருச்சு
நாலெட்டு நடந்து வந்தா
உன் பாதம் நோகுமுன்னு
உன் தாத்தா தோளை கடிச்சு
வளர்ந்த புள்ளை...
நாலேறு சக்தியோடு
சம்சாரியான வனப்போடு
சட்டியில கறிச்சோறோடு
இந்த கருவாச்சி கெளவிய
கைபிடிக்க வந்திருச்சு.....

அம்மாடி..என் ஆத்தா..
என்னபெத்த..மாரியாத்தா..

காலங்காத்தாலே நான் கண்ட
கனவு இப்போ பலிச்சிருச்சு
மூணு நாளுக்கு முன்னாடி
மோட்டுக்கூரை மேல ஏறி
மோடம் போட்டு கத்துச்சே
அந்த காக்கா சத்தம் புரிஞ்சிருச்சு

உன்ன கண்டதும் அது
உண்மையாயிருச்சு..

நெனப்பெல்லாம் நீ தான்யா
என்னெப்பெத்த மகராசா
உன் அப்பன காணலியே
காட்டுப்பய கடனடைக்க
கடல் தாண்டி போனானோ..

இங்கே காடு கழனியெல்லாம்
கன்னியாட்டம் காத்திருக்கு
கனவு கோட்டை தொறக்க
கடன் காரனா போனானோ..

என்னானு நான் சொல்ல
நாம்புடிச்ச மருமகப்புள்ள
மானமுள்ள மதுரக்காரி..
மசக்கையா இருக்கையிலே
கேட்டாளாம் பங்களா வீடு.......

அவாசை நிறைவேத்த
என் புள்ள கடல் கடந்தான்
கைப்புள்ள உன்னவிட்டு
கடமைக்காக காத்திருக்கான்..

என் கண்ணு மூடயில
முந்தானையில மூக்குசீந்தி
உன்னம்மா பொன்னம்மா வருவாளோ
எனக்கு குடம் உடைக்க உருத்தாளோ..

உரிமை நானும் கேட்கலையே
என் உசுரான என்ன பெத்தாரே..

நான் உசுரோட ஒருதடவை
உன் அப்பனை என் மடிமேல போட்டு
மனம் குளிரு மட்டும்
தலைய நீவி தாலாட்டு பாடனும்யா.
தாயாக நானும் என் மகனுக்கு
ஒருவாய் சோறூட்ட வேணுமய்யா..

கண்ணா..என் கன்னுக்குட்டியே
நீ எனக்காக செய்வியா
உன் அப்பன்கிட்ட
ஒரு தடவை சொல்லேன்யா....

...என முடித்தது என் அப்பத்தாள்...

93. என்ன செய்ய...

கனவோடு
வாழப் பழக்கினோம்...

கனவை நனவாக்க
முயற்சி செய்ய பழக்கினோமா..

அடிமையாய்
வாழப்பழக்கினோம்...
அடிமையின் அர்த்தம் அறிந்தோமா...

மனிதனாய்
வாழப்பழக்கினோம்..

மனிதன் யாரென அறிந்தோமா...

பாசமாய்
பெற்றோம்..அதை
புரியவைத்தோமா...

94. இறுதி பயணம் நோக்கி..

நான்
நடக்கும்
பாதையில்
கற்களும் இருக்கும்
முற்களும் இருக்கும்..

எனக்கு கவலையில்லை..

என் கணவா..
நீ
இருக்கும்வரை..

என்மேல்
உன் நம்பிக்கை
உயிர்க்கும் வரை..
உன் உயிர் என் வசமே...

தோள்கொடுக்கும்
தோழனாய்..நீ இருக்க
அந்த
எமனுக்கும் விருப்பமில்லையாம்.

நம்
காதலைப் பிரிக்க....

95. புரியாத நான்...

எனக்கு ஏனோ தெரியலே ...
நீங்கள் போடர ரேட்டிங்கவிட
வேறெ தளத்தில் வரும்
பாராட்டு புடிக்கலே...
பரிசும் விரும்பலை ....

இது எனக்கு
தாய்வீடோ.. இல்லை..
உங்கள் கருத்தெனக்கு
தாலாட்டோ.....

படிக்கறது
என் உடன்பிறப்போ. இல்லை
உடலால் மட்டுமே தனித்தியங்கும்
நாம் தனிப்பிறப்போ...

மண்டைக்குள் அலாற சத்தம்
மணிக்கணக்கா எழுதணும்னு..
மணியடிச்சா சோறு கேட்கும்
வயித்துக்கு என்ன பதில்
நானும் சொல்ல....

காரண காரியமெல்லாம்
கருவாட்டுக்கு தெரியுமோ...
கருத்துச் சொன்னாலும் - அது
புரிஞ்சு
துள்ளி குதிக்குமோ....

தினமும் கனவிலதான்
கரையிறேன் நான்...
கவிதையாவே வாழறேன் நான்..
கருத்து மட்டும்
கேட்டுப்புட்டா
காதுல சீக்கா நாறிடுறேன்...

வசதியாக எழுதணுமோ
வசையொழிக்க எழுதணுமோ..
வந்தி சேரும் வம்பெல்லாம்
வரம்பு மீறாம எழுதணுமோ...

இன்னும் அம்புலியே பழகலியே
ஆத்திசூடிக்கு என்ன செய்வென்...

ஆரம்பம் போலத்தானே
முடிவுலயோ
முணங்குறனே...
நித்தமும் பொழம்புறேனோ..
எழுதாமயே
வாழறேனோ....

அதிசயம் தான் நானோ...
ஆட்டு வாலாய்
உன் நினைப்பு...
அஃறிணை விரட்டவே வருதோ....

96. வழி தெரியா மொழிகள்...

வழி தெரியா மொழிகள்...
கம்பனுக்கே
தெரியாஇராமன்கள்
மணவறையில்..
பெண்ணின்
மனதை உடைத்தே
கரம் பற்றுகிறார்கள்..
கள்வராய்..
காட்சி பொருளாய்..
பணம் மட்டுமே குறிக்கோளாம்
படிப்பின் செலவை
திரும்ப எடுக்க
கல்யாண சடங்காம்..
பெற்றோருக்கு..
இராமனோ
வில்லை உடைத்தான்..
கை பிடித்தான்..
இவனோ
கனவை உடைத்தான்..
கையை பிடித்தான்..
மாற்றம் வந்ததெப்படி..
குருகுல கல்வியா...இல்லை
கண்ணை குருடாக்கும்
கல்வியா...
வியாபார யுக்தியா..இல்லை
வீண் ஆசை புத்தியா..
கற்பதில் துளியும்
அன்பில்லை
பாசமில்லை..

பணம் மட்டுமே
வெற்றியாம்...போதிப்பது
சரியென்றால்
கற்றவனும் சரியாவான்..
புத்தகத்தில்
அப்பன் அம்மாவை தவிர
மற்றவர்கள் உறவுகள் அவ்வளவே..
அவனுக்கோ
பெற்றவர்களும்
தேவையற்றவர்களாகவே
தோன்றுகிறது..
மறந்தும் கூட
உறவுகள் அருகில் இல்லை..
இருக்க விடுவதுமில்லை..
பாட்டி வடை சுட்டகதையை..
பாட்டி ரொட்டி சுட்ட கதையாக
ஆங்கிலத்தில் படிக்கிறோம்..
ஏன் இந்த மாயம்..
விளம்பரம்..
மொழியை வியாபார பொருளாக
மாற்றியது ..யாரோ..
தன்
தாய்மொழியில் புரியாதவை..
பிற மொழிகளில் புரிகிறதா.. என்ன
சாதித்தவர்கள்
மூளையை கேளுங்கள்..அது
தாய்மொழியிலேயே
சிந்தித்து பெற்ற வெற்றிகளே...
மொழி என்பது வழியன்றி
வாழ்க்கையல்ல
என்பதை நாம்
என்றேனும் உணர்வோம்..
நம்புகிறேன்..

97. ஒரு தலைக்காதல்..

ஒரு தலைக்காதல்..
உனக்காய் ஆசையாய்
நான் வளர்த்த செடிகள்
இன்று பூத்து நிறைந்திருக்கிறது..
பாரடி குறிஞ்சி பூவே..
நீ என் தாடையின் நடுவே....
மூச்சும் முப்பதாப்போச்சு
என் காதல் ஏனோ
உன் பிம்பமாய் மூழ்கியேபோச்சு..
என் காதல்
உன் வீம்பால் மூச்சு பேச்சின்றி போச்சு..
முழுவதும் படிக்கா பக்கங்கள்
அடுக்களை பக்கத்தில்
நீ அடங்கிய
புத்தகத் தலைப்பு போதுமடி..
உனக்கு என் காதலை
பிரசுரிக்க...
பசி மறக்க...
சுவைக்க...
காதல் என்றால் என்னவென்று
உனக்கு
என் மூச்சுக்காற்று சொல்லலையோ
நீ நடந்த பாதையெல்லாம்
என் நினைவுகளும்
ஒரு பொருட்பன்மொழி
பொருட்டாகலையோ...
இமை தினமும் விழிக்கும்
கண்ணாடி
முன்னாடி

அந்த ஒரு நொடி...
என் நினைப்பு தோணலையே...
என் காதல் கவிதை காகிதங்களே உனக்கு கணையாழி....
நீ ஏனோ அனுமாரையே தேடுகிறாய்...
தூது சொல்ல....
என்னிடம் நீ வா
என் மார்பை கிழித்து காட்டச் சொல்...
நானும் தயாரடி....
நீ தப்பிக்க
முடியாதடி...
உன் பாதச்சுவடுகள்
வலிக்குமென்று நானும்
பாதரட்சை இன்றியே நடக்கின்றேன்...
பாதி தூரமே கடந்திருப்பேன்..
காதலாய் உன்னையே
துணைக்கு அழைக்கிறேன்...
கல்லறை தூக்கம்
தேடும்வரை...
கற்பனையும்
பசி ஆற்றும்வரை...
படுகையில் மணலாய்
படுக்கையில் தணலாய்...
உடுக்கையில் அனலாய்...
மிடுக்கிடும் உன் முகம்..
மலரோ காய்வதில்லை...
உன் மனம் தீண்டாமல்
மாள்வதில்லை...
வாடையே...
என் வடிவழகே....
ஒருமுறை
தாடை தீண்டிப்போ...
பூ வாசம் பற்றிப்போ..
என்னை காதலில்

பற்றி பருகிப்போ...
ருசித்தே
பசியாகிப்போ...
போ....
போயேன்...
பொருளில்லா எனக்கு
பொருட்டாகிப்போயேன்...
அந்த
பொட்டுக்கு மத்தியில்
என்னை ஒட்டியே போயேன்..
ஒட்டிக்கிரட்டியே
ஒன்று எனதாம்..
மார்புக்கூட்டில் துயில்கிறதாம்...
மாற்றம் உனதாம்
துயில் எழுப்பி
உயிர் கொடுவேன்...
இல்லை
துயிலா வண்ணம்
துகில் கொடுவேன்....
துயில் பறித்தே கொடு
துன்பியல்.....
என் இன்பியே....
இறங்கி வா...
என்னுள் இறக்கமாய் வா...
இறவாத காதலோடு வா....

98. பெண் மனது...

தனக்குப் பிடித்தது மட்டுமே பிடிக்கும்
தன்னை மட்டுமே பிடிக்கும் ..
தன்னிகரில்லா இவ்வுலகம்
தன்னை பாராட்டவே பிடிக்கும்...
தன்னை தாங்கும் கைகளே
தன்னைக் கட்டுவது பிடிக்கும்
தன் மனதை காட்டுவது பிடிக்கும் ...
தாளாத அன்பில்
தாலியை கழற்றி
எறியவும் அடம்பிடிக்கும்....
அடிமையாய் சிலநேரம்
அன்பிலே இசையும்
இம்சை செய்யும்
அன்புக்காய் அகிம்சையும் செய்யும்...
காதலும் வேண்டும்
கல்யாணமும் வேண்டும்
இரண்டுமாய் இணையவே வேண்டும் அவனியை அன்பாய் வேண்டும்
அன்போடே அவனையும் வேண்டும்..
மணலை கயிறு திரித்து
மாலையிடச் சொல்லும்
பிடிக்காத மனதை
மண்ணிற்குள்ளும் தள்ளும்..
காயங்கள் சுமக்கும்
கருவை சுமக்கும்
கல்லறை செல்லும் காலம் வரை அதற்கு கருணையே பிடிக்கும்
அன்பால் ஆறாய்ப் பெருக்கெடுக்கும் அந்தத்தை மகிழ்விக்கும்
ஆனால்
அரை நொடிக்கொருமுறை
அன்புக்காக ஏங்கும் ..

ஆச்சரியம்தான்
இந்த பெண்ணின் மனதை அறிவது..
ஆழிக்குள் முத்துப்போல
சுற்றிலும் முற்கள் கொண்ட
ரோஜா போல
முடிவிலா கவிதை போல
கனவுகளில் வரும்
தேவதை போல
அத்தனை அழகானது
பெண்ணின் மனது ....
ரோஜா வாசம் வீசும்
மகவுக்காய் மல்லிகையாய் மாறும் காரணகாரியம் கேட்கும்
காதல் குறைகையில்
காளியாகவும் மாறும் ...
ருத்ரத்தின் ரௌத்திரமாம்
ரௌத்திர சூத்திரமாம்
மாசற்ற இந்த பெண்மன அழகு ..
பெண்மனம்
ஆசையை ஆழிக்குள் புதைக்குமே
பலநேரம்
ஆழியாய் ஆசையை
தனக்குள்ளே புதைக்குமே
பல காலம்.... ..
மாந்தர் மனது
எப்போதும் - அது
மதிகெட்டுப் போனதில்லை - அது
மனம் மாறியே போகும்...
மனத்தை மாற்றியே போகும் ..
அன்பைத்தேடியே அலையும்
வழிப்போக்கன் போலவே...
அகவை கூடக்கூட
குழந்தையாய் மாறும்....

99. பெண்மையே வன்மை கொள்...

கண்ணகியும் மாதவியும்
ஆண்டாளும் அன்னையுமோ
ஆதவனை தீய்க்கும்
விழிச்சுடரது தணலோ
பெண்மையோ...
கொல்லும் கொள்ளும்
கொற்றவை போலே...
கொண்டவன் வாழவே
கொற்றம் தொழுவது மட்டுமே
பெண்மையோ..
சுற்றிலும் முற்கள் கொண்ட
ஒற்றை ரோஜாவோ..
காக்க பயனில்லா
முற்களும் கேடோ...
முற்கள் உண்பதே
சாபக் கேடோ....
பதியமிட்ட இடம்போலே
வளர்வதில்லை - அது
தன் குணம் போலே மலரும்
மணம் வீசும்...
நிறம் கொள்ளும் - அதுவே
பெண்மை..
பார்வைவிரிகையில்
படிப்பு பெறுகையில்
பயணமும் கொள்ளும்
பழக்கம் பிடிக்கையில்
காதலும் கொள்ளும்
கனவு கலைக்கையில்
களவையும் கொல்லும் - அதுவே

பெண்மை...
கருணை போற்றியே
கருவும் கொள்ளும்
கருவை சுமப்பதே
காதலாய் கொள்ளும்
காதலுக்குள்ளும் கற்பு வளர்க்கும்
கற்பு நெறியோடே
கல்லறை செல்லும் - அதுவே
பெண்மை...
ஆணை அடைந்ததும்
ஆறுதலே கேட்கும்
ஆசைக்கு பொய் சொல்லி
ஆனந்தமாய் வாழும்
ஆனந்தம் பெருக்கிட
ஆண்மையும் கொள்ளும்
ஆண்மை தவர்கையில்
ஆணாதிக்க ஆசையை கொல்லும் - அதுவே
பெண்மை.....
தீயை விளக்காய் ஏந்தும்
தீமை காண்கையில்
தீப்பந்தமாய் மாறும்...
தீர்தேவைக்கு மட்டுமே
தீட்டின்றி அவளை
தீண்டிடும் மூடா
தீயதுன் எண்ணம் கொன்று
தீயிலிடு மூடா...
மரணம் வரையுமே - மானம்
பெண்ணுக்கு வழக்கு
விளக்கு கேட்குதே - இன்னும்
விடியலியோ உனக்கு...
மண்போலே மிதித்தெனை
நடப்பதும் ஏனோ...
மண்ணில் உன்னை உரமிட்டவளை

உடுப்பதற்கு மட்டுமே
உய்ப்பதும் ஏனோ...
பிஞ்சென்றும் பாராமல் உண்ணும்
நஞ்சுக்கொடிநரம்பே...
எட்டி நறுக்கவே - பெண்ணே
ஏனின்னும் தயக்கம்...
சட்டமும் சண்டாளனும்
ஆணினமோ - இல்லை
கருப்பு சட்டைக்குள் இருப்பது
பீச்சல் தின்னும் கூலியோ.
கத்தியொன்றும் பயனில்லையோ
பெண்மை கத்தி எடுக்கா
காலம் வரை....
பெண்மையே
கருணையை மறு - அவன்
கருப்பை அறு...
கைவைக்க தோணுமா
அவனுக்கு..ஆணுக்கு..
கத்தும்வரை நீதி கிடைக்காது
நீ அமைதி காக்கும்வரை
துயரம் தீராது....
கண்ணகியாய் கதறி அழும்வரை
நீதி கிடைக்கபோவதில்லை..
அனலாய் மதுரை எரிக்காத வரை..
ஆணுக்கு பயம் தோன்றபோவதில்லை......... .
எழு
ஏற்றமாய் நட
எதிர்க்க
எழும்பும் நாக்கை அறு...
நீ
தமிழச்சி என்ற திறன் கொள்..
தரணியை வெல்லும் திறம் கொள்...
(மது + துரை- போதை,ஊழல் ஆட்சியாளன்)

100. மன்னிப்புக் கடிதம்..

அய்யகோ
நான் தப்பு பண்ணிட்டேனோ
அம்மா....
நான் தப்பு பண்ணிட்டேனோ..
அன்றொருநாளோ
அறியா பருவத்திலே....
ஆசையா நானும்
ஆண்டவனிடம்
வரம் கேட்டேனாம்...
வாய் தவறி கேட்டுப்புட்டேனாம்...
உன்ன மாதிரி
பொண்ணு வேணும்னு
கேட்காம விட்டுட்டேனாம்...
மாற்றாக
உன்னையே மகளாக
கேட்டுட்டேனாம்...
மதிகெட்டு போயிட்டேனோ
நான்....
சின்ன வயசுமுதல்
உன்ன அன்பா பாத்துக்கவே
நான் நினைச்சேனாம்...
உனக்கு சோறூட்டி
பாலாட்டி
தலை நீவி குளிப்பாட்டி
தலைவாரி பொட்டுவைத்து
பூச்சூட்டி
அழகு பார்க்க ஆசைகள்
கொள்ளையாம்.....
அத்தனையும் செய்யவாம்....

நீயோ குழந்தையாக வேணுமுன்னு
நானோ
குழந்தையா உன்னையே
கேட்டுப்புட்டேனாம்.....
அறியா பருமதில்
நீயே என் மகளாக வர
வரம் கேட்டேனே - அந்த
அறிவுள்ள கடவுளிடம்
அறிவற்ற முட்டாளாய் நானோ...
ஏனோ இன்றைக்கு
நான் வேண்டியது கிடைத்திடுமோ..
உன்னை வேறு உருவில்
நான் பார்க்க கூடிடுமோ...
எனக்காகவே நீ
என்னை விட்டுப்போக
கூடிடுமோ....
நீ இனி என்னவள்
வயிற்றில் பிறந்து வந்தாலும்
நீ என் தாய்க்கு நிகராவியோ...
எத்தனை பிறவி எடுத்தாலும் - அது
என் தாய்க்கு ஈடாகுமோ...
இருபது வயதில்
இணை பிரிந்து - எங்கள்
உயிரோடு இணைந்த இணைப்பே..
உன்னை நான் இழப்பேனோ
என்னுள் நான்
மரிப்பேனோ....
உயிரற்ற என் இமைகொண்டு
உன் உடல் காண கூடிடுமோ..
வேண்டாமே அம்மா
நீயாகவே
நீ வேணும்.....
வேண்டுமோ

உன் போலொரு பெண் குழந்தை...
நான் வாய்தவறி
தவறாக கேட்ட வரமோ..
இன்று
உன் உயிர் பறித்திடுமோ..
இன்றோ
கடவுளையெல்லாம் நானும்
கேட்கறேன்...
எனக்கு தாய்போல் மகள் வேண்டுமே....
என் தாயோ என்னோடு
இறுதிவரை வேண்டுமே...
அந்நாளில்
உனக்கு வலிக்குமுன்னோ
நான் ஆறுமாதத்தில்
பாலை மறந்தேனாம்...
இன்றோ
பால் ஊற்றே...
தாயே....
உன்னை மண்குடிக்க கூடிடுமோ..
பாசத்துக்கு நானும்
ஏங்கிச்சாகத்தான்
ஏனிந்த பிறப்போ..
ஏனிந்தவளர்ச்சியோ...
வாழ்க்கை முடியும்வரை
வாழவே உன்மடி வந்தேனாம்.
இன்றோ
உன்னை ஆளறேனாம்...
பாசங்கு செய்து
பாசத்துக்கு ஏங்கி
எனக்குள்ளோ அழறேனாம்....
கேட்காத வரமெல்லாம்
கொடுக்கும்
என் தாயி பராசக்தியே..

எனக்கொரு வரம் கொடு...
அம்மாவா..
நீ வேணுமே...
என் அம்மாவோடு அம்மாவாய்
எனக்கு மகள் வேணுமே
இருவரும்
என் கூடவே வர வேணுமே...
வாராயோ வரம் தாராயோ...
கத்தினானும் சாகறேனோ
புத்திகெட்டு கத்தறேனோ...
கழுத்து வரைக்கும்
கயிறு பற்றி
எமனோடு
எமலோகமும் போறியோ...
என் ஆசைய நீ நிறைக்கவோ
நீண்ட பயணம் போறியோ...
என்னை நீயும் மன்னிச்சிடம்மா
என் அறியா வரத்தை தீர்த்திடம்மா
ஆனதை மறுக்க முடியலையே
அழுவதை தவிர வேறு தெரியலையே...
அய்யகோ...
நானும் கத்தறேனே...
அம்மா ..
என் கண்ணை துடைக்க
நீ
எழுந்து வருவியோனு
ஏக்கத்தோடே......
அழறேன்..

101. எனக்கொரு மகள் பிறப்பாள்....

பிஞ்சு நிலவு வேண்டும்
இமைக்காத நிமிடம் வேண்டும் பார்த்ததும் பசி மறக்க வேண்டும் பார்-
வையில் பேச வேண்டும்
மான் வேண்டும்
மயில் வேண்டும் ....
அவளை தாலாட்டும்
குயில் குரல் வேண்டும்....

ஈரைந்து திங்கள்
துயில் கலைந்து
தூக்கத்திலும் என்னை கூவ வேண்டும்..

குலக்கொழுந்து அவள் வேண்டும் குறையில்லா அழகாய் கூட வேண்-
டும் பூத்திட மலராய் பிறக்க வேண்டும் பூத்ததை எல்லாம் சூடிட
வேண்டும் சூரிய ஒளியாய்
பெண்மை போற்றும்
பேரின்ப மொழியாய்...

எனக்கொரு மகள் வேண்டும்
என்னை அப்பா எனக் கூற வேண்டும்..

என்னவள் ஆடி அசைய வேண்டும் அடிமனதில் பூக்க வேண்டும்
மனதில் பூட்டி வைத்த
ஆசையெல்லாம்
ரெட்டை சடை போட்டு ஆள வேண்டும்...

ஆளுக்கொரு சண்டை போட்டு தலைமை தாங்க

என்னைக் கேட்க வேண்டும்...
தலைவிகள் மடிக்குள் நானும் தலைதாழ்ந்து முடிய வேண்டும்
தலை சாய்ந்த முடிவே வேண்டும்...

கருங்குயிலின் சத்தம் போலே
கருப்பரின் முத்துப் போலே
கருவுக்குள் கடலைப் போலே கண்ணுக்குள் கருவிழியை போல..

காற்று தீண்டும் குளிரைப் போலே காலம் தாண்டியும் வாழும் காதல் போலே..

மனம்போல வாழ்ந்திடவே
மகிழ்ச்சி வெள்ளம் களித்திடவே
என் மகளின் உயிர் கூட வேண்டும் என்னவளின் குளத்தில் பாட-வேண்டும்...

அந்த பாட்டு இசை கேட்க வேண்டும் நான் தாண்டவம் ஆட வேண்-டும்...

தருவாயோ காலமே
காலத்தின் கோலமே
கண்ணு நாலு ஆசையோடு - நாங்க காலம் முழுதும் காத்திருக்-கோம்... அண்ணனும் ஆசையோடு - உன்னை அள்ளி அணைக்க காத்திருக்கான்..

இன்னைக்கு
காலையில உண்ணும்போதும் உனக்காக பங்கு பிரித்து வச்சிருக்கான்..

சீக்கிரமா ஓடிவா
என் செல்லக்குட்டி
அண்ணனும் காத்திருக்கா - அந்த

ஹரிசோடு இசைபாடி மகிழ வைக்க ஒரு ஹர்ஷவர்தினி வேணாமா...

என் மகனோடு சேர்ந்து விளையாட
என் மகள் மகிழினியாள் வேணாமா
என்ன நானும் சொல்ல
ஏதும் சொல்ல தோணலையே காத்திருந்த காலமெல்லாம் - இப்போ
கண்ணுக்குள்ளேயே பூக்கிறதே..

காத்திருக்கோம் பகலவனே நாளைக்குப் பகல் பொழுதும் கூடிருமே....
சேத்து வச்ச ஆசை எல்லாம்
நீயும் எப்போது
சேர்த்து வைப்பாய்...

102. தங்கை..

உன் பின்னே

நானும்
தயாரடி...என் தாய்வயிற்றில்
எனக்கு முன் வந்த
என் தாயே..

நீ என்
ஆசைகள் எல்லாம்
சேர்த்து வைப்பாய்...
என்னை உன் ராணி என்பாள்..
நீயே என் உலகமென்பாய்..

என் உயிரோடு
உடலையும் சேர்த்து வளர்த்தாயடி...
நானும் கன்னியானேன்..
தாயே..
நீயே இன்றும்
கன்னியாய்...

கற்பை மட்டும்
சேர்த்து வைத்தோமடி...
காசை சேர்க்க வழியின்றி
வாழ்ந்தோமடி...

இன்று நான்
உன் மடியில்
பாரமாகினேனடி...
என் தாயே...

வயிற்று பசிக்கே போராடும்
நம்மிடம்
நகைகடை பொம்மைகள்
கேட்கும்
இந்த ஆண்களை
பார்கையில்...
நான் இறுதிவரை
உன்னோடே உயிர் வாழ
ஆசையடி...

ஆண்களின்
தீண்டலும்..அரவணைப்புமே
வாழ்க்கையின் முடிவென்று
யார் சொன்னதடி...
அப்படி சொன்ன
அவனும் ஒரு
நகைக்கடை பொம்மையையே
அரவணைக்கட்டுமடி...

நான்
உன்னோடே
இறுதிவரை இப்படியே..
சொல்லத்தான்
ஆசையடி
எனக்கும்
உன் மனதின் ஆசை
அறியாமல்
அன்பு தங்கையாய்
தவிக்கிறேனடி...

103. வா..மகளே..வா

வருக..வருக..

என் கண்ணே..
என் மனதின் ஆசையே..
என் மங்கையின்
பூசையின் பாக்கியமே..

அன்றொரு நாள்..
காதலில் உருகிய நாங்கள்
காலடி தேடி ஓடி
வாழ வழியின்றி
எங்கள் பாதங்கள் வழியிலேயே
ஒதுங்கி விட்டது..

நான் படித்த
பத்தாவது படிப்புக்கு
கிடைத்ததோ..
தேனீர் கடை வேலை..
தினமும் எச்சில் பாத்திரம் கழுவி..
கண்கலங்கி
நான் வாங்கிவரும்
மல்லிகை பூவில்
என்னவள்
என் உழைப்பின்
வாசத்தையே கண்டாள்..
நித்தமும்
சாம்பிட போதும் பணம்
வீட்டு வாடகைக்கு
போதவில்லை..

அந்த
எட்டாவது மாடியில்
ஜவுளிகடையில்
தூசி துடைக்கும்
வேலையடி..அவளுக்கு..

அவள் கண்ணில்
தூசு பட்டாலே
கண்கலங்கும்
எனக்கோ
அவள்
காலையில் எழுந்து
வேலைக்கு சென்று திரும்புகையில்
என் உயிரும்
ஊசலாடுமடி..

நித்தமும் உழைப்பு தான்
இருவருக்கும் களைப்பு தான்..

காதலில் மட்டுமே
இருவரும் சுகம் கண்டோம்..
எனக்கு அவள் தாயாக..நான்
அவள் தோழனாக..

பத்து வருடமடி..
காதலில் வென்றோம்..
கட்டிலில் வென்றோம்..
இந்த பறவைகளுக்கும்
ஒரு சொந்த வீடு..
இதோ பார்..

உனக்காக...
நாங்கள் கட்டிய
மழை வெள்ளம் புகாத
தார்சு வீடு தான்.. ஆனால்
இது நம் சொந்த வீடு..

அடுத்தவேளை
சோற்றுக்கு வழியின்றி
வாடிய
உன் அம்மாவும் அப்பனும்
கட்டிய அரண்மனை.. நீயே
அதன் இளவரசி..

என் கண்ணே வா..
இன்னும் ஆறே
நாட்களாம்..நீ என்னை
அப்பா என்பாயாம்..
என்னவளை
பேரின்ப பெருங்கடலில்
மூழ்க செய்து..
அம்மா என
நீ அழைக்க..
எங்கள்
உயிர் காத்திருக்கு..கண்ணம்மா..

உன் பிஞ்சு
பாதங்களை தாங்க..
தூங்க
என் மனம் திறந்திருக்கு..

வா..மகளே..வா..

104. விதவை என் கனவு..

தொலைதூரம்

ஒரு குரல் கேட்கிறது..

தூது விடும்
குறுஞ்செய்தி
குறும்பான பார்வை..
ஏக்கம் கொள்ளும்
கற்பனைகள்..

காத்திருந்த நாட்களெல்லாம்
உன் மனதை காணவே..
என் மனமும்
உன் மனமும்
ஒன்றையே நாடுதே..

என் செயலும்
உன் செயலும்
காதல் என்றே கதறுதே..

காதணிகள் முதல்
காலடிகள் வரை
அர்த்தமாய் மாறுதே..கண்ணா..

உன்னை கண்டனொடி
உருமாற்றம்
உள்ளமெல்லாம்
நீர் தேக்கம்..
அனுதினமும் உன்னை

நீராட கேட்டு நிற்கும்..

காதலும் இது தான்
கனவும் இது தான்...நான்
கட்டிய கோட்டைகளின்
காவலனும் நீதான்
காதலனும் நீ தான்..
என கதறி அழ
மனம் ஏங்கும்..அந்த நொடி..

என் முந்தானை
ஓரத்தில்
ஒரு இமை இடைவெளியில்
மடி இழுத்து..
என் முகம் பார்த்து கேட்கும்..

..அம்மா.....நான் பெரியவனா ஆயிட்டா..உனக்கு என்ன வாங்கி தரணும்..

பால் குடி மறந்த
என் மடி நிறைத்த என் மகன்..

என் முந்தானை கனவெல்லாம்
என் கண்ணீரோடு
சேர்த்து துடைத்து
எறிந்து..
என் மகனை
கட்டியணைப்பேன்..

எனக்கு எதுவும்
வேண்டாமடா..கண்ணே
நீ மட்டும்.. உன் சிரிப்பு மட்டும்
போதுமடா..

நான் இராணிபோல
வாழ்ந்திருப்பேன்...

அவனை தூக்கி..

நாங்கள் பம்பரமாக சுற்றுவோம்..
சாட்டை அவனாய்
அவன் சுற்றும்
பம்பரம் நானாய்...

105. நான் முந்திப்போனால்..

காதலனே

நான்
உயிரோடிருக்கும் வரை..
என் இதயம்
என்னுள் துடிக்கும் உனக்காக..

என்
முடிவுக்குப்பிறகு
உன் இதயம்
உனக்குள்
துடிக்கும்
எனக்காக...

நீ
வருந்தினால்
நான்
உன் கண்ணில்
கண்ணீராய் வழிந்து
உன் இதயத்தை
தொடுவேன்..
மருந்திடுவேன்..நானும்
வருந்திடுவேன்..

கலங்காதே...நான்
முன்னே
போய்விட்டால்...

106. ஒரு தலைக் காதல்...இது..

ஒருதலைக்காதல் இது
ஒருநாளும் சேரா கதை இது..

உன்னோடு நடந்து போக
உள்ளம் தானே ஏங்கிடுது
ஊருக்கு சேதி சொல்லி
உரிமை கொள்ள உருகிடுது..

சேலை தலைப்புக்கூட
சேதி சொல்ல அழைக்கிறது
சேர்வோமா நாமென்று
சந்தேகத்தில் அழுகிறது..

வாடிய பூக்கள் என்னை
பார்க்கும் போது அழுகிறது
வாசனையில்லா காற்று
மூச்சுக்குழலை அடைக்கிறது..

மூடிவைச்ச இமைகளுக்குள்
முதல்மழை வீசலையா
முதலும் கடைசியுமாய்
நீயிருக்க உனக்கு அது தோணலையா..

நான் ஏன்தான் பிறந்தேனோ
ஆணாகி தொலைத்தேனோ
உன்போலே நானிருந்தால்
உன் மனசு புரிஞ்சிருக்கும்..

பூவோடு நாராக என் மனசு

உன்னோடு சேர்ந்திருக்கும்..
ஆமால இது தப்பில்ல
ஆனாலும் ஆண்ஆனாலும்
எனக்கு வேறு வழி தெரியவில்லை..

வாழ்க்கையா உன்னைக்கேட்டேன்
வழக்கையா நான் கேட்டேன்..
வழுக்கை தலையோட
உன் அப்பன் வரும்போது
நகைப்பு தாங்கலியே..
என் நடுமண்டையில
உன் அப்பன் நட்டவடு ஆறலையே..

ஆனாலும் போதவில்லை
என் மனசுக்குள்ள
உன்னைத் தவிர யாருமில்லை...

ஒருதலைக்காதல் இது
ஒருநாளேனும் சேராமல் சாகாது...

107. உயிர் பெரும் கவிதைகள்..

என் கவிதைகளுக்கு

உயிருண்டு..

அது என்னைப்பார்த்து சிரிக்கும்..
முத்தமிடும்..
நான் அழுதால் கண் துடைக்கும்..
என்னை கிள்ளி அழவும் வைக்கும்..
என்னை கை பற்றி கூட்டிச்செல்லும்..
என் தலை பாரத்தை தூக்கி சுமக்கும்....
என் குறைகளை சொல்லி
கண்களங்கும்..

பிறர் கண் பட்டால்
கதறி அழும்..

காதல் ஏக்கத்தை தூண்டிவிடும்..
தூண்டிலில் மாட்டாமலும் காப்பாற்றும்...

சூழ்நிலை பொறுத்து சிலரை சுட்டெரிக்கும்...

ஆம்...
என் கவிதைக்கு உயிர் உண்டு..
என் உயிரும் கலந்திருப்பதால்...

108. கள்ளக்காதல்... இருக்குதய்யா...

தன்னை சந்தேகப்படும் கணவனை காதலிக்கும்..மனைவியின் குமுறல்..இந்த எழுத்து....

தன்னை சந்தேகப்படும் கணவனை காதலிக்கும்..மனைவியின் குமுறல்..இந்த எழுத்து....

ஏன்யா..எனக்காயா..
என் மனசை தொட்ட என்ராசா..
சொல் நெருப்பு தைச்சிருச்சு
செருப்பால உன் நாக்கும் ஒத்திருச்சு
குறுக்கே ஒரு எறும்பு
ஏறியே நின்னுட்டாலும்
ஏசியே நசுக்கிடுவேன்
என் கணவா உனக்காக...
குறுக்கு நெடுக்குமா
கூம்பிட்டு நான் நடக்க
குருவி குஞ்சாட்டம்
உன்ன கொத்திப்போன
என வனப்பு..
இப்போ உன் நெனப்பை தின்னுடுச்சோ..
எப்படி நான் புரியவைக்க
என் தோலுரிச்சே எரியவைச்ச
ஏழுதலைமுறைக்கும் உன் நா கருக்குதய்யா..
வார்த்தையில கொல்லாதய்யா
உன் முகசுளிப்பு பொல்லாதய்யா..
கனவுல கூடத்தானே நான்
கல்லாக மாறிடுவேன்..
நான் கட்டிய கொசுவச்சேலை
காத்துல பறந்ததுனா
கற்பு எங்கோ கரையுதுன்னு

நான் கண்ணீர் வடிச்சல்லோ
கதறிருக்கேன்..
கண்ணா
கடைசியா ஒருதடவை
என் கண்ணு முன்னே வந்துபாரு
அதில் கள்ளம் நீயும் கண்டுபுட்டா
கட்டையில இப்பவே
நானும் போறேன்..
இந்த கல்லுக்கும்
உன்மேல காதல் இருக்குதய்யா..
ஏனோ உனக்கு அது
கள்ளக்காதலா தோனிருச்சோ
கண்ணா
என் கண்ணுக்குள்ள என் காதல்
கல்லாவே தான் இருந்திருக்கும்
நீ என்னை
கட்டாமலே இருந்திருந்தா..
கடைசியா நான் சொல்றேன்
என்னைக் கட்டிப்போய்யா
ஒருதடவை
என் கண்ணீரும் கன்னம்தொட்டே
உன்ன மட்டுமே காதலிக்கும்...

109. காதலிக்க நேரமில்லை...

முடிவுக்குள் ஆயிரம் திருத்தம்
முடிவில்லா தொடக்கம்
நீ முட்டாளா ..
முடிவிலியா...
மூன்றாம் பிறையா.
முச்சந்தி பிள்ளையா...
மூடுபனியா..
தலை கிறுகிறுப்பா..
மனதினுள் குறுகுறுப்பா...

உன்னைப் பார்க்கையில்
ஏதோ நினைக்கிறேன்
என்னமோ சொல்லுறேன்
எதுகை மோனை இல்லை
என்னமோ எழுதறேன்....

ஏதோ ஆயிருச்சோ
ஏக்கம் மட்டும் கூடிடுச்சோ...

உன்ன பருக ஆசைப்பட்டு
பச்ச தண்ணி மட்டும் தீர்ந்திடுச்சு..
பசிக்கு ருசி தெரியலையோ
நினைவோடு உப்பு கூடலையோ
ரசம் கலக்கலியோ
விசயம் சேரலையோ
மறந்தது ஏனாம்...
மதிகெட்டதேனாம்..

மனசுக்குள் வலியோ..
மதி தீண்டிய அவள் விழியோ ..
பார்வைக்குள்வழக்கோ
பணமே கணக்கோ...

ஏன் தொடரலியோ...
தொட்ட இடம் மலரலையோ...
கவலையை தூரம் ஓட்ட
கனவுகள் களிக்கலியோ
காதலோடு கலக்கலியோ..

ஓடிவா...
என் எழுத்தே...
காகிதத்தை காதலிப்போம்...
கவிதையாய் உருமாற்றி....

110. பசிபோக்கி

ஊண்குளம் நிரப்பவே
உயிர்வலி எடுக்குது..
உண்ணு கொழுத்தவனுக்கு வயிறு
எங்கே இருக்குது...

அங்கம் அழுகிறேன் - அங்கவலிய
உன்கிட்ட சொல்லுறேன் - உன்ன
பரிசா தந்து போனவன காணலியே
நீ பாலகனா இரந்ததால
பேரும்கூட வைக்கலையே.....

பட்டினிச் சாவுக்கு
பாகமும் அழைக்குதே - நானோ
பகலிரவு பாராமல்
நித்தமும் அழுகறேன்...

கூட்டணி கட்சிக்குள்
குடுமிப்பிடி சண்டையாம்
குளத்துக்கும் கொக்குக்கும்
நித்தமும் நடக்குதாம்....

சமாதானம் பண்ண போனா
சனியும் பிறக்குறான்..
சனி கூட
மனம் சேர
மடியெங்கும் அழுக்கு தான்....

பார்க்கும் பார்வை எல்லாம்
கற்புக்குள் புதையுதாம்..

பசி என்று வந்து விட்டால்
பாதி உடை இறங்குதாம்...

மாராப்பு சேலை மட்டும்
மந்தாரமா இருக்குதாம்
மறைச்சத விற்கும்போது
மனசும் கருகுதாம்...

கூழோ கஞ்சியோ
குடிக்கவும் புடிக்குதாம் - கை
புடிச்சவன்
போன நாள் முதல்
நித்தமும் இதுவே நடக்குதாம்...

மதிகெட்ட
மானுட மரிக்கொழுந்து நானடா
மதி கெட்டு போனேனாம்...
குடிகாரனுன்னு தெரிஞ்சும்
கூடுவிட்டு கூடுபாயும்
வித்தைகற்று பாய்ந்தேனாம்
அவனில் கலந்தேனாம்
இன்றோ
வருந்தியே என்ன பலன்
கண்டேனாம்.......

பொழுதாகிப் போனாலே
என் பொழப்பு
தருசாகிப்போகுதடா...
தெரு நாய் எல்லாம் ஓடி வரும்
மார்கழி மாசமாட்டம் கூடிவரும்
ஏதோ சொல்லுது
எனக்குள்ள
நான் எட்டு வச்சு நடந்தால்

தப்பு என்ன .. .
வயிறு பெருசா
வரம்பு பெருசா...
வரப்புக்கு மேலே
வளர்ந்து வரும் கதிரு பெருசா..

கருணை கொலை செய்ய - எனக்கு மனசு இல்லையே..
என் மாராப்பில் மறைச்சே
மனம் கோணாம உன்ன வளர்ப்பேன்...

உனக்கு தெரியுமா
உப்பிட்ட உடல் வாழ்க்கை
வயிற்றுக்கு சோறு போட
வாய தொறக்க மாட்டாங்க..
நம்ம வாழ்க்கை பத்தி
பேச நாக்கு மட்டும் நீளுமடா..

வாயை தொறந்தே
எவனாச்சும் வரட்டும்
நாக்கை இழுத்து வச்சு
அருப்போம் வாடா...

இன்பமிசம் - இன்பமென்பது இதழ் தொட்டு•••இமை வழியே •••.
இருதயம் நிறைவது

111. உன்னை பார்த்த பின்பு நான்...

கவிதைகளுக்கு தூக்கம்
கவிஞர்களுக்கு ஏக்கம்..

ஏதேதோ நினைத்து
எழுதுகோல் முனை உடைத்தேன்..
உன் முகம் காணாமலே..
உள்ளுக்குள் கவி புதைத்தேன்...

பிணங்களாய் கவிதைகள்
உள்ளுக்குள் இறக்கும்..
உன் விழி திறந்து
உயிர் கொடேன்
உன்னிடம் கேட்கும்...

பார்வைகள் பட்டால் தான்
பரிசுகளும் பெறக்கூடும்..
பரிசுகள் உன் மனதில்
மையலும் கொள்ளக்கூடும்..

மனசையும் நீ
மறைப்பால் மறைக்காதே..
மடை திறக்கவே ஆசை
மனதை உடைக்காதே...

மஞ்சள் வெயில் மாலைநேரம்
மாலை கருக்கும் மனசினோரம்
மங்கை பெருமூச்சு
காற்றில்
மிதக்காதா..

காற்றோடு சொன்ன
என் வேதனைகள் திறக்காதா...

வேணும் நீ என்றே
நேற்று வரை தோணவில்லை..
வேணும் என்கிறேன்
இன்றோ உன்னை காணவில்லை..

மனதிற்குள் கதவிருந்தால்
உன்னைப் பூட்டியே
வைத்திருப்பேன்..
மறுநொடியே நான்
சாவியை தொலைத்திருப்பேன்..

சாதனைகள் எல்லாமே
சவத்திற்கு ஏதடி..
நான் சவமாகும் முன்னாலே
ஒருமுறை நீ சிரி
அது
சரித்திரம் தானடி...

உன்னைப் பார்த்த பின் தான்
உயிர் வருமோ..அதுவரை
நான் நடை பிணமோ...

112. அக்கப்போர்..

அரசனுக்கு அக்கப்போர்
அவதியிப்போ..
அத்திம்பேர்..

கணப்பொழுதில் கவி எழுத
கண்ணசைவு போதும்..
கவனமாய் கவி முடிக்க
கண்ணனும் வேணும்..

கருப்பு மீசை கத்துவதை
கவிதையாக்க தோணும்..
எதுகையும் மோனையும்
அப்பொழுது நாணும்..

எனக்கு அதிலொன்று
அற்புதமாய் வரும்..
அற்பபாவையாய் அவன் நினைத்தால்
அக்கணமே அல்லல் வாரும்..

அடிமையெனவே அடியினிலே
கையெப்பமிட கேட்கும்..
கைகளும் கட்டுப்பாட்டில்
தாமதம் தவறி தாக்கும்...

கார்முகிலை கைபிடித்து
கடத்தி வரக்கூடும்..
கடத்துகையில் சிறைச்சாலை
கைகலப்பில் உடையக்கூடும்..

காதலுக்கும் கட்டளைக்கும்
கஷ்டங்கள் மாற்றம்..
கஷ்டங்கள் தோன்றுகையில்
காதலுக்கு ஏமாற்றம்...

கட்டிய கோட்டையாள
ஆண்டவன் மறைவு தோற்றம்.
ஆனது ஆயிடுச்சு
அவதியே இனி வாட்டம்...

கடைசிவரி இதிலே
கைபதிக்க திட்டம்..
கைரேகை கீழிருக்கு
கற்பனை இது மட்டம்..

113. விரிசல்..

விண்ணுக்கும் மண்ணுக்கும்
உன் விரல் தீண்டா
நேரத்தில் விரிசல்..

விளக்கிற்கும் விட்டிலுக்கும்
உன் இமை தீண்டா
நேரத்தில் விரிசல்..

கனவிற்கும் நனவிற்கும்
உன் நா தீண்டா
நேரத்தில் விரிசல்..

காதலுக்கும் கடவுளுக்கும்
உன் கருப்பு தீண்டா
நேரத்தில் விரிசல்..

விரிசல்கள் ஏனய்யா
இதற்கு விளக்கங்கள் தேவையா..

வேட்டிக்குள் மாட்டிக்கொண்டு
மூச்சுக்கு திணறும்
முந்தானைக்கு முத்தமிடு..

வேகாத மனதோடு
வெயிலோடு விறகாகும்
விரகத்திற்கு தீயிட்டு
காதலோடு பற்றவை..

பற்றட்டும் நம் காதல்
பாலைவனத்தில் வியர்வை போல..

வினா தேடும் விடையோடு
விதி வரை பயணிப்போம்
விரிசலின்றி..

இன்பமாய் வாழ்வோம்..
இருப்பதைக் கொண்டு
இனிமையாய் வாழ்வோம்..

இறப்பு வரும் வரைக்கும்
இன்பமாய் இருப்போம்..

இரவலாய் இன்பம் கேட்டு
இம்சை பெறுவதை மறப்போம்..

இன்னும் கொஞ்சகாலம்
இப்புவியில் வாழ்வோம்...

இருவரி கலப்பில்
இருதயங்களில் இனிப்போம்..

இணைந்தே இன்னும் பல
இரவுகள் காண்போம்...

இனிப்போ கசப்போ
இருப்பதை உண்போம்..

இப்போதைக்கு தேவை தீர்க்க

இணையோடு இணைந்தே இயங்குவோம்..

இந்த நொடி வேண்டுமென்று
இமை விழித்து எழுவோம்..

இன்னும் என்ன வேண்டுமென்று
இன்பத்தை இறைவனுக்கும் கொடுப்போம்..

இந்த முறை தோல்வி கண்டோம்
இமை வழியே தோற்றோம்..

இருக்கும்வரை முயற்சி செய்து
இன்னும் பல முறை வெல்வோம்..

இன்பத்தை எப்போதும்
இருக்குமிடம் தேடோம்..

இம்மனிதப் பிறவியே
இன்பமெனக் கொள்வோம்...

114. இவளுக்கு..இவனென்று...

ஒற்றைப் புள்ளியில்
உயிர்க்கும்
இரட்டை கவிதைகள்..

இமை கண்டு
இளைப்பாற
இடைவெளி கிட்டுமா...

இறப்புக்கும்
பிறப்புக்கும் நடுவே
இவள் தானோ அடையாளம்
அடிப்படையில் அகங்காரம்...

இல்லை என்ற
சொல்லுக்கு
இவளிடை அர்த்தமா..
இருக்கு என்று
பொருள் கொண்டால்
இவளே அழகின் மொத்தமா....

மொட்டு அவிழா தாமரை
இவள்
மனசுக்கு முன்னே எதிர்மறை..

இருளுக்குள் இவள் முகம் ஒரு பிழை
இவள்
நகைத்தால் இருளும் ஒரு பிழை...

மாயவன் மகளில் இவளொருத்தி
மாராப்பூ சூடாத செம்பருத்தி..
மகிழம் இவளிடம் வெட்கப்படும்
மாகிலம் இவள் முன் மண்டியிடும்..

மருவுதல் சமம் மானுக்கு
மாயவனின் குழலும் காலுக்கு...
மானுட பிறப்பிது இவளுக்கு
மாலையிட்டு சேவை
செய்யணும்
மனசுக்கு.....

115. காதலிக்க...

இமை காணா நொடி
இம்சிக்கும்
இருதயத்தின் ஓரமாய்
வலிக்கும்..

இப்போதைக்கு
என்ன பெயர் யோசிக்கும்..
இன்னும் வேண்டுமென
யாசிக்கும்..

இருப்பதை எடுத்துக்கொள்ள
இணங்கும்
இருள் வரும் நேரம்வரை
இருப்பு கிறங்கும்..

இன்பத்தில் ஏழாம்நிலை
உறக்கம்
இருவரின் தேடல் ஆங்கே
தொடக்கம்..

இரவு உணவு
எப்போது
இமைக்கேனும்
உணவளி
இப்போது...

கழுத்தோடு
கைவளை சிணுங்கல்

கேட்காது
கழுத்து நெறிபட்டு
செத்தாலும் எனக்கு
பத்தாது..

இதழ் கொண்டு
பதிவிறக்கம் செய்வோமா
கன்னக் கதவோரம்
கருப்பிருக்கு செல்வோமா...

செவ்விதழ் தாளங்கள்
காணாது
செம்பூவின் நாளங்கள்
வாசமது மூழ்காது..

வா..இப்போ
வார்த்தைகள் வீணாது..
விட்டிலுக்கு விடியும் வரை
தாங்காது..
..இயலி...

116. சிறை..

அச்சச்சோ..நான்
செத்தேன்டி..
செந்தேனின் இமைக்குள்
இருக்கேன்டி...

ஏனடி பூட்டினாய்
விழிச் சிறைக்குள்
என்னை மூடினாய்..

ஒரு கணம் இருண்டேன்
இப்போது
சுகமென்று உணர்ந்தேன்..

வரிகளுக்குள் வரிசை
கண்டேன்..
வானவில்லின்
தோற்றம் கண்டேன்..

கூந்தல் திரைக்குள்
தூத்தல் கண்டேன்..
தூவான மறைப்பில்
துக்கமும் கொண்டேன்..

இமைக்குள் என்னை
நீ
சிறை பிடித்தாய்..
இந்த சிறைக்குள்
நான் உன்னை
சிலை வடித்தேன்..

சிறை கண்ணுக்குள்ளே
சிறைவாசி கண்ணெதிரே...

117. காதலிக்கு பிறந்தநாள்

இன்று
உனக்கு பிறந்தநாள் - என்
உலகம் பிறந்த நாள்..
உடல் பிரிந்த உயிரொன்று
உருக்கொண்ட நன்னாள்.
உலகம் நான் காண
உருவான பொன்னாள்..

பூவே உன் சுவாசம் தாங்கி
பூமிப்பந்து சுழன்ற நாள்..
பூவோடு மரங்களெல்லாம்
பூவையோடு பிறந்த நாள்...

கண்மணியே..(உன் மூச்சு)
காற்று தொட்ட காகிதம்
கமலமாய் மலர்ந்த நாள்..
காதோரம் குயிலொன்று
காதல் இசைத்த நாள்..

முத்தத்தின் வாயிற்படி
முதல் முறை அழுத நாள்..
முழுநிலா கவிதைக்கு
முன்னுறை பதித்த நாள்...

கம்பனும் காளிதாசனும்
கற்பனை தொலைத்த நாள்...
கற்பனை கருவொன்று
கண்விழி திறந்த நாள்....

கோடிக் கண்கள் நீங்கள்
காத்திருங்கள்...
என் காதலிக்கு
இன்று
பிறந்த நாள்....
கோடிப்பூக்களே உடல் கொடுங்கள்
உங்கள் உயிருக்கு இன்று பிறந்தநாள்...

உயிரிரண்டு உடல் கண்டு
உருமாற்றம் கண்ட நாள்..
உயிரை நான் காணும்
கருவரை திறந்த நாள்..
காரணமாய் கண் கொண்டு
என் காதலி பிறந்த நாள்...

118. பிறக்காத வரம் வேண்டும்..

தூரமாய் ஒரு மலை உச்சி
அதனருகே
துள்ளிக்குதிக்கும் மேகக்கூட்டம்...

அந்த மேகக்கூட்டம் போல
நானும்
பிறந்திருக்ககூடாதா..

காற்றோட தாலாட்டுல
நானும் மனமுருகி
மகிழ்ந்திருப்பேன்..

ஆங்காங்கே கூடி நின்னு
நட்புடன் கதை பேசி
சிரித்திருப்பேன்..

ஊருக்கெல்லாம்
மழை பொழிந்து
அவங்க முகத்தில்
மகிழ்ச்சியையும் பார்த்திருப்பேன்..

காட்டுப்பக்கம் போய் இருந்தா
கான மயில்
ஆட்டம் பார்த்து
அடி மனசு சந்தோஷத்துல
நானும்
ஆத்துத் தண்ணியிலே கலந்திருப்பேன்..

அந்த ஆத்தோட

நாத்து போல
நானும் விவசாயம்
வளத்திருப்பேன்...

ஊருக்கெல்லாம்
சோறு போட
நானும்
வியர்வை தண்ணியோட கலந்திருப்பேன்..

பாவம்
எனக்கு கூடலையே..
இந்தப்
பாழாப் போன உலகத்தில
நானும்
மனுசனா தான்
பிறந்துட்டனே..

என்ன படிச்ச
கடவுளே
உன்ன நான்
ஒண்ணே ஒன்னு
கேட்டுக்குறேன்..

அடுத்த ஜென்மத்திலாவது
இந்த
மனச பிறவி வேண்டாமே..

ஊருக்கெல்லாம்
சோறு போடும்
அந்த
மேகமா பொறந்து
நானும்
காத்துல ஊஞ்சலாடி

வாழ்ந்திடணும்..

நாட்டில் வறுமையை
போக்கத்தானே...
மழையா நான் பொழிஞ்சிடணும்...

காடு களனி நிரைச்சிபுட்டு
விவசாயி கண்ணுல
கடைசியா கலந்திடணும்...

வாழ வரம் வேண்டாமைய்யா..வாழ்க்கையை வரமாக்கும்
விவசாயம் செழிக்க வேணுமய்யா...

119. நான் தனிமையில் இருக்கிறேன்

விரல் பத்து பற்றும் போதும்
வியர்வைக்குள் நான்
குளிக்கும் போதும்
புடவை முந்தானை நனையும் போதும்
நாழிகை பொழுதும் நீ
நடிக்கும் போதும்
நான்
தனிமையில் இருக்கிறேன் ..

நீ பேச நான் கேட்டு
இரசிக்கும் போதும்
இரகசியமாய் என்னுள்
அழும் போதும் ..

என் எண்ணங்கள் கேட்டு
உன் உதடு சுழிக்கும் போதும்
உன் உதட்டோரம் என் பெண்மை
கரிக்கும் போதும்
நான் தனிமையில் இருக்கிறேன் ..

உறக்கத்தில் உன் குரல்
உளறலாய் கொன்றாலும்
உணவோடு உன் கண்கள்
உற்று நோக்கினாலும்
நான் தனிமையில் இருக்கிறேன் ..

நடக்கையில் சுவடுகள்
நகைத்தே நாணினாலும்
நாவோடு மட்டுமே

உன் பேச்சு இனித்தாலும்

என் அன்பே
நீ என் கண்ணெதிரே இருந்தாலும்
கட்டிலோடு கரைந்தாலும்
காதலில்லா உன் உணர்வால்

நான்
எப்போதும்
தனிமையில் இருக்கிறேன் ..

120. ஒற்றைப் பசும்புல்...தாகம்..

ஒற்றைப் பசும்புல்
தாகம்
ஒய்யாரக் கொண்டையில்
பனித்துளி தேகம்....

முத்தம்வைக்க எண்ணுதோ
மேகம்..
தன் முந்தானையில்
முகம் மறைத்து சிரிக்கிறதோ
வானம்....

வண்ண நிலவொன்று
வட்டுடையில்..
வட்டப் பொட்டொன்றோ
பட்டுடையில்...

வரிசையில் காலடிகள்
நாலடிகள் எழுதிடவோ
என் கால் வரிகள்...

கோர்த்து கட்டிய நூலுக்குள்
பட்டாம்பூச்சி..
பாதிக் கண்ணோரம்
பறந்து போச்சி...

பச்சைக் கிளிப்பேச்சோ
தைச்சிருச்சி..
பாதிப்போ பாவை முகம்
கொத்திப்போச்சி...

நிலவு தூங்க
நினைவோடு வந்த
நிலவிவளோ...

நிலவை துண்டாக்கிய
நிழல் இவளா....
நினைவை துண்டாடிய
நிகற்பொழுதா...

நீக்கம் நிசம்பெற
நிம்மதி சுகம் பெற
நிழல் தீண்டி கெட்டுப்போ..

நிலம் நான் தாங்கினேன்
பட்டுப்பூ...

இப்போது...

121. மொட்டுகளே சத்தமாய் பேசு...

அழுத்தமான பார்வை ஒன்று
அவள் மீது எனக்கு
அர்த்தமற்ற பார்வை அது
ஏதோ தப்புக் கணக்கு...

நிசம் பேச தைரியம் இல்லை
நிசமாய் பார்வையில்
உண்மையில்லை..
கைவிரல் பார்வை உண்மை சொல்லும்
காதல் இது இல்லையென்று
கண்விழி சொல்லும்.......

இமைக்காமல் கருவிழி
விசப்பேச்சும் விளக்கும்
விடியலின் தேவைக் கணக்கும்..
மார்பைத் தின்னும் மனசும்
மாராப்பும் மல்லிகையும்
தப்புக் கணக்கும்
இங்கே குதர்க்கம்.....

இதழ் தேடல் இதில்
எச்சில் இனிக்கும்...
கனவுகளில் கைகள் சேரும்
கண்ணோரம் உண்மையில்லை மனக்கதவு வரைக்கும்..

போதும்
இந்த நொடியெனத் தேடல்..
தேவை தீர்ந்து ஓடுவதோ
காதல்...இல்லை...இல்லை.. கூடல்

இன்னும் என்ன சொல்ல
உடல் தேடல் அதை.....

வேண்டும்..
மனசு ரெண்டும் பேசும்
மனம் காணாததும் கூசும்...
மனதுக்குள் மாமழை
மத்தாப்பு சிரிப்பொலி
மத்தியான வெயிலில் குளிர்ச்சாலை
உணரும் அது...
காதல்...
கண்கள் தீண்டா காமம்
காதலில் கூடல்.அது
மனதின் தேடல்......

திரவியத் தேடல்
தீராக்கரை சாடல்
அலைகள் போல மனங்கள்
மனசோடு சேரும் தினங்கள்
அவையன்றி மற்றவை
இரணங்கள்...

மொட்டுகளே சத்தமாய் பேசுங்கள்
நாணம்
மிச்சம் வைக்க தேவையில்லை
மனதை மட்டுமே கேளுங்கள்....

மற்றவை தள்ளுங்கள்
மனம் போல காதலில்
வெல்லுங்கள்..
நல் உள்ளங்களின் சங்கமம்
காதல்
அதை தேடுங்கள்

வாழ்க்கை கரை தொடும்
கப்பல் அது
கரையோடு காலார
நடை போடுங்கள்.... ....

122. இரவுகள் தான்....எனக்குத் தொல்லை..

கள்வரே..
இரவுகள் தான்
எனக்குத் தொல்லை..
இமைக்கு நடுவில் நீ
இசைப்பதால் எனக்குத் தொல்லை...

கருப்பு கூந்தல் தான்
எனக்குத் தொல்லை..
கால் கடந்து நீளும் உன் மீசை
கார் நிழலும் எனக்குத் தொல்லை...

இமை மையும் இளமையும்
எனக்குத் தொல்லை..
நீ நித்தமும் நினைப்பாய் அதில்
நிறைவதும் கரைவதும்
எனக்குத் தொல்லை...

விரல் நடுவே இடைவெளிகள்
எனக்குத் தொல்லை..
இடையிடையே நீ தீண்டுவாய் என்ற
நினைப்புகள் எனக்குத் தொல்லை...

இரு கைக்கு நடுவில்
இருதய துடிப்பும்
எனக்குத் தொல்லை..அது
உனக்காக துடிப்பதாய் நடிப்பதும்
எனக்குத் தொல்லை...

இனிமை இந்த இரவுவேளையில்
இதழ் வறட்சியும் தொல்லை..
இமைத்தாழ் விலக்கி
இரக்கமற்றமூச்சு சூடாகி
நீராக முன்பு
வியர்த்து வழிவதும்
எனக்குத் தொல்லை....

இப்புறம்
இருப்புகள் தொல்லை..
இருபுறமும் உன் நினைவுகள் சுமையாய்
எனக்குத் தொல்லை...

இமை மேல் யுத்தம்
எனக்குத் தொல்லை..
காதலிக்கும் தோழி கேட்டுச்சொன்ன
கருக்குழி கவனமும்
எனக்குத் தொல்லை....

கடக்கும் கடிகார முட்கள்
காட்டும் நேரம்
எனக்குத் தொல்லை..
அவை ஒன்றையொன்று கட்டியணைத்து
கடப்பதும்
எனக்குத் தொல்லை....

கால் மேல் கால் போட்டு
இருப்பதும்
எனக்குத் தொல்லை...அவை
ஒன்றோடு ஒன்று சண்டையிடுவதும்
எனக்குத் தொல்லை...

கத்திமுனை நெற்றி

எனக்குத் தொல்லை..
அவை உன் இதழ் இறுக்கம்
கேட்பதும்
எனக்குத் தொல்லை...

காதோர கம்மலின் கூச்சல்கள்
எனக்குத் தொல்லை..
அவற்றை கையாலாட்டி கேளி செய்யும்
காற்றாடிக் காத்தும்
எனக்குத் தொல்லை....

இப்பேதை கடந்த இளமைப் பருவம்
எனக்குத் தொல்லை...
இப்போது போதையாய்
உன் நினைப்பும்
எனக்குத் தொல்லை.....

கைபிடிக்க
நீ சொல்லும் காரணங்கள்
எனக்குத் தொல்லை...
என்னை காரணமின்றியும் நீ
கைபிடிக்காதது மட்டுமே
எனக்குத் தொல்லை......

123. இமை தின்னப் பார்க்காதே...

இமை தின்னப் பார்க்காதே
இதழ் முழுக்க ஈரம்..
இமை தாண்டி இப்போதே
இருந்து சாக ஏக்கம்...

அடைமழை நான்
நனைகிறேன்..
ஆடை மழை நீ..
குளிர்கிறாய்..

அக்கினி ஆச்சாரம் நான்
எரிகிறேன்..
ஆகார காந்தாரம் நீ
எரிக்கிறாய்...

அகிம்சையில் அன்பை நான்
கேட்கிறேன்
அகில இம்சைக்கும் அன்பை நீ
கொடுக்கிறாய்..

அருவிடும் கூதிர் நான்
விழுகிறேன்
கூதிரில் குரவை நீ
எழுகிறாய்...

குற்றமாய் நான்
குறைகிறேன்
குற்றவாளியாய் நீ
குற்றுகிறாய்...

குறையாய் நான்
இருக்கிறேன்
குறையிருக்கை நீ
மறுக்கிறாய்...

ஊணாய் நான்
இசைகிறேன்
உ(ண்ண)ணவாய் நீ
ஈனுகிறாய்.....

கரமாய் நான்
தவிக்கிறேன்
காரலாய் நீ
தாக்குகிறாய்.....

வினையாய் நான்
விஞ்சுகிறேன்
விதியாய் நீ
வீரிடுகிறாய்....

விளக்கமாய் நான்
விளங்குகிறேன்
விளக்காய் நீ
விளக்கமாகிறாய்....

விந்தையாய் நான்
விரும்பினேன்
விதையாய் நீ
அரும்பினாய்....

விரகத்தில் நான்
விக்கித்தேன்

விரதத்தில் நீ
வீதித்தாய்..

வின்னாண் நான்
விரைத்தேன்
வின்னியாசமாய் நீ
விரைந்தாய்•••

விழியால் நான்
விச்சவமானேன்
வீழ்ந்தாய் நீ
வீடாரமானாய்•••..

மழைத்துளியாய் நான்
மனதடைந்தேன்
மாமழையாய் நீ
மனம் நிறைந்தாய்••••••

இப்போதே சேரவே..
மச்சமாய் நான்
துடிக்கிறேன்..
மசமாய் நீ
கடிக்கிறாய்•••.

இன்னும்
நினைவுப்பாதை நீள்கிறது•••
நீசத்தில் நிசமாய்
நினைவாகிறது•••

124. காதலை மறந்து நேசிப்போம்..

காமத்தைக் கடந்த
கண்களின் உறவு
காதலைத் தாண்டியும்
பெண்களின் உணர்வு
அற்புதம்..மிக அழகு....அவள்....

பெண் ஒரு திறக்கப்படாத
பைபிள் புத்தகம்...

முதல் அட்டை மட்டும் காண
முகம் மட்டுமே தெரியும்..
முழுவரியும் நேசிக்க
முழுமையாக உனக்குப் புரியும்..
புரிதல்கள் அன்பாய் பூக்கும்
புது உலகம் புதிதாய் புலரும்...

உன் வாழ்வில்
ஒவ்வொரு நொடியும்,பத்தியும்
ஒவ்வொரு மணியும்,வார்த்தையும்
உன்னோடு வளரும்
அவள் பாசம் மண்ணோடும் மலரும்....

காதலிக்கும் கண்களுக்கு
ரோஜா முட்கள் தெரியாது
முள் தாங்கும் பிரிவின் வலி
காதலர் கை விரல்கள் அறியாது...

காற்றோடு தலையாட்டி
தலைகோதி விரல் நீட்டி

விண்ணோடும் மண்ணோடும்
முட்களின் காதல்
முடிவு வரும் வரை தொடருமென்பது
பூக்களுக்கு புரியாது.
பூவுலக ஆண் வாழ்க்கைக்கு முட்களாய்
பெண் பூக்கள்.....

முள்ளாய் மூடிய அவள்
நெஞ்சோர வேதனைகள்
நிழல்களுக்கு கசக்காது -அவள்
நினைவோடு வந்த கனவுகள்
கண்ணீரிலும் கரிக்காது..

பூக்களை சுமக்கும்
அவள் மனதுக்குள் ஆயிரம் ஆசைகள்
ஆயினும் என்ன அரை சாண்
மஞ்சள் கயிற்றுக்குள் நெறிக்கப்படும்
அவள் கனவுகள்....

கத்திக் கதறும் அவள்
கனவுகள் கண்ணீரோடு
இன்னொரு மனதோடு பயணப்படும்...
மணல் மேடுகளும்
புல் தரைகளும்
மாமரத்தோப்புகளும் சிலநேரங்களில்
கிடைக்கும்..ஆனாலும் பலநேரம்
சிலந்திக் கூடுகளாய் கல்யாணம்
அவள்
சிரங்களை சிறை பிடிக்கும்....

உடைத்தெறிந்து வெளியே வர
வலுவிருக்கும் அவள் கைகளுக்கு
வலிமை மட்டும்

கை விரல் கட்டுக்குள்...
அத்தனைக்கும் காரணம்
பாசம் என்பாள்..

கடல் கடந்த மணற்கரைக்கும்
அவள்
கருணையாவாள்...
கனவுகளைத் தொலைத்தே
பெண் கடவுளாய் வாழ்வாள்...

அவளை நாம் காதலை மறந்து நேசிப்போம்
நேற்றைய அவள் கனவுகளை
நனவாக்க முயற்சிப்போம்....

125. அழுக்கு சட்டை நானின்று...

தொலைதூரக் கடல்
இமையோர யுத்தம்
இப்போது தொடக்கம்
என்னவன் எனக்குள் அடக்கம்....

வீசிப்போன காற்றில்
விசம் தூவிப் போனான்
வீணாய் என்னையே
வீணையாக்கிப் போனான்...

முகம் மட்டும் காட்டி
முடிவுரை எழுதிப் போனான்
முக்காடுத் தோட்டத்தில்
முழுவதும் பறித்துப் போனான்.....

விந்தையாய் ஒரு விசப்பரீட்சை
விபரம் தேடிய விடியற்காலை
விளக்கொளி சாட்சியாய்
விளங்காத வினை முடித்தான்.....

மிச்சமாய் நானின்று
எச்சமாகிப் போனேன் -ஏனோ
இமை தூர கைகளுக்குள் கடல் சேமித்தேன்...

அழுக்கு சட்டை நானின்று
அவன் முகம் வெளுக்க
காத்திருக்கேன்...

126. காதலால் கொள்ளாத வரை..நானும் காகிதம்..

தேன் சுமந்த மேகம்
தேனீக்கள் தொடாத வானம்
நீ கொணர்ந்த நேரம்
தேவதை மார்புக்குள் மழைச்சாரல்
காதல்...

காலைப்பனித்துளி சாடல்
காதோர உன் சிரிப்பு தேடல்
கை தொடா மூச்சுக்காற்று பாடல்
இமையோடு மூடல்
உன் விழித்தீண்டல் கூடல்...

படரப்படர பசுமை
பாதச்சரம் பாவை இனிமை
பார்வையில் குளியல்
பரவலாக பரவசம் ஆழியல்
பங்கச அங்கம் படையல்.பகுவசம்....(பங்கசம் - தாமரை..)

நீ இதைத் தின்னாதவரை
நான் ஒரு தாவர வகை..
இதழ் மொழி கேளாதவரை
இருதய ஓரை..தேரை.. மறை..(ஓரை - விளையாடிடம்..தேரை - தூண்டிலில் உணவு..)

காதலால் கொள்ளாத வரை
நானும் காகிதம்..
உன் கையால் தீண்டாதவரை
நானும் தீட்டே..தீவிரம்

கற்பனை.... காதலில்...

127. ஒட்டுப்புல் மீசை...

நிழல் தொலைத்த இராவுக்கு
இருகை போதாது
இப்போதைக்கு..

இப்பேதைக்கு
நினைவு தப்புகிறது இப்போது
உன்னோடு சேர ஒப்புகிறது..
சேலைக்கு ஆசை மனசோடு உரசி
மாயம் காண...
மாலையிட்ட மாமன் தோளோடு சேர.....

சேரும் கரம் நீயாக
சோரும் கமலம் தேனாக
தூண்டில் நீயாக
நானும் மீனாக
இந்த இரவு உறவாக...
இன்னும் போகணும்
இரவு பகலாக..
நாம் இருவரும் ஒருவராக... .....

ஒரு கை இருகையோடு மோத
வளையல் சத்தம் தாளம்...இது
மாமன் குறட்டைச்சத்தம் வரும் வரை
சந்தமாய் நீளும்.....

மஞ்சள் மலர் வாசம் தேடி
மஞ்சம் நான் காண நீரோடு கூடி
நீர்மேக கூந்தலின் வாசம்
நாசி துளைக்காமல் நாற்றமாய் பேசும்..

நித்திய கல்யாணிப்பூக்களின் தாக்கம் நிழல் மோதும் பாதம் வரை
தர்க்கம்..
ஏக்கம்..

தவமாக இந்த நாள் கேட்டேன்
தாவணி தாண்டி சோலையாய் பூத்தேன்.
பூக்களை மாலையாய் கோர்த்தேன்
நீ சூட மடியோடு மகிழம்பூ காத்தேன்......

தொடங்கட்டும் ஆசை
ஒட்டுப்புல் மீசை...
ஆகட்டும் நாணம்
ஒத்திட்டு
அங்கம் புண்ணாகவே எண்ணம்....

128. வரமா..சாபமா..இந்தக் காதல்..

உனக்காக
நான் எழுதும்
ஒவ்வொரு வார்த்தையும்
அழுகிறது...
உன் பெயர் எழுதிய
பேனா முனை உடைகிறது..
உன்னை நினைக்கையில்
எண்ணம் எரிகிறது..
எழுதாத எழுத்தெல்லாம்
ஏனோ தற்கொலை செய்கிறது..
வழிகள் வலிக்கிறது..
பயணம் பாடையாகிறது..
பாதைகள் முள்ளாகிறது
மணி முட்கள் நகராமல் நர்த்தனமாடுகிறது..
நகைப்புகள் நவரசமாகிறது
நாப்பேச்சு காதோரம் கசக்கிறது..
கவனங்கள் கலைந்து போகிறது
கால்கள் தரையை உழுகிறது..

வரமா..சாபமா
இந்தக் காதல்..
வழிப்போக்கன் நானோ
உன் முகமொழியால்
வழி மறந்தேன்..
மனம் தொலைத்து விட்டு
மழலை போல
யாருமில்லா கூட்டமிதில்
தொலைந்தேன்.

நான் காதலானேன்..
நீ கண்ணசைத்த காரணத்தால்
கவலையானேன்..
கை கூடுமோ
என் கற்பனைகள்..
உன் கவசம் தாண்டியும் சேருமோ
என் காத்திருப்புகள்•••

129. என் தேடல்.....

கண்ணால்
நீ வாசித்த புத்தகம் நான்
உன் மூச்சுக்காற்றை பதிப்பித்தேன்..
காதலா..
புன்னகையால்
நீ கிறுக்கிய புது வார்த்தை நான்
கவிதையாய் உருப்பெற்றேன்..

இன்பனே..
இணைந்தே
நீ பாடிய பல்லவி நான்
பல சுரம் ஆகிட்டேன்..
அன்று
நீ பார்த்தது பின்பு ஏனோ நான்
பார்வை தாண்டியும் பூத்திட்டேன்
பலமுறை பார்வையிலேயே
மலர்ந்திட்டேன்.
சிலமுறை பச்சையாய் மணந்திட்டேன்......

ஆயினும் ஆசை தான்..
நேரில் ஒருமுறை...
சாலையோரம் காணும் - உன் பாதச்சுவட்டோடு மட்டுமாவது
சோடி போட்டு
வாழ்ந்து விட ஆசை...
முகமதி தாண்டி
முழுவதும் கேட்க யோசிக்கிறேன்...
மூடிவைத்த முகமொட்டுக்குள்

பூ நாகமிருக்குமோ
பூம்பிஞ்சிருக்குமோ...
தேனிருக்குமோ
தேமதுர சுவையிருக்குமோ...
நானறியேன்..

அறிந்தும் அறியாமலும்....
நானறிந்த பொழுதினிலே
நாணிடும் நிலாப்பொழுதும்
நான் தேடும் நற்கவியும்
நித்தமும் நீ தானடா..
நிசமாய்...

என் நெஞ்சுக்கூட்டுக்குள் நிறைந்து போனவனே..
நீலக்கடல் ஓரத்தில்
நீயும் நானும் கைபிடித்து..
கடல்கரை நாம் அளந்தோம்
கானா அலையோடு
கனவோடு கரைந்தோம்..
கனவே கலைந்தாலும்..மின்விசிறி
காற்றாக நீ வந்து என் முந்தானை தூக்க
கையோடு நான் வெட்கத்தில் பூக்க
நான் சிவந்தேனடா..
வறண்ட என் இதழ் மீது இசைத்தேனடா
இன்பம் தேனடா..

இப்போதும் இமையருகே
நீ கண்ணீராய் இறங்கும் போதும்
அது இன்னும் தேனடா...

வாலிபனே...
இது வார்த்தை விளையாட்டடா
உன் வார்த்தை எனக்குள்
வாழ்க்கையாய் விளையாடிய
விளையாட்டடா...

மணவாளனே...
இன்னும் நான் காத்திருக்கிறேன்
என் கனாக்களிலும்
என் கண்களிலும்
வந்து செல்லும் நீ..
ஏனோ என்
கற்பனையிலும்
என் கையோர விரல்களிலும்
தீண்டும் சுகம் தாராமல் திரவியமாய்
எங்கோ ஒழிந்திருக்கிறாய்..

நிதர்சனனே...
நானும் உன்னை தேடித்தேடிப் பார்த்து
தேவையெல்லாம் தீர்த்து
தெருவோர நடை பாதையில்
நிழல் தேடும் மரமாக.......

என் தேடல்.....
வழிமாறிய ஒற்றை ஆடு
மழை கால முட்டைக்காளான்..
முடி கோதும் கைவிரல்கள்
நிலம் ஏங்க உதிர்ந்த நரைகள்
இவை தான்

நான் இன்று•••..
முப்பதிலும்..மூப்பதிலும்..
உன் பதில் தேடி•••படையலாக•••

130. வாத்சாயனரே நீ..

வாத்சாயனரே நீ
என் வாசலுக்கு வருவீரோ..
வாழைமரம் ரெண்டு கட்டி
வகைவகையா சமைப்பீரோ..

வறண்ட நாக்கிற்கு
வெற்றிலைபாக்கு தாரீரோ..
சிவக்கா நாணத்திற்கு
நடுப்பகல் வருவீரோ...

ஆகட்டுமே..நீ
ஆமோதிச்ச அடுத்த நொடி...
அம்மிக்கல்லுக்கு அச்சுப்பதிக்க
ஆசையாம்..இப்போ
அவசியம் உன் கைகொண்டு
கதை படிக்க ஏங்கமாம்..

நாண் பூட்டிய நடு இரவில்
நாணம் கத்திப்பேசும் அந்தநேரம்
சுத்தியும் காது கூசுமாம்..
கூடாரம் தாண்டியும்
நம்ம கூத்தும் அங்கே இனிக்குமாம்..
இரவல் இரசிக்குமாம்..இரவில் நிழல்
இருவருக்கும் இன்பமாம்...

இன்பம் தீர்க்க
குடுமிப்புடி சண்டையல்லோ
கூட்டுக்குள் தொடங்குமாம்..
கூத்து கேட்கும் காதெல்லாம்

காதலில் கிறங்குமாம்...

பதமாய் பத்திரமாய் சேர்த்து வைச்ச
பகலையும் நீ நீளத்தின்ன
பட்டினியாய் ரெண்டு கண்ணும்
பாதித்தூக்கத்தில் மல்லுக்கட்டுமாம்..

பரம்பரை மானம்காக்க
பரிசொன்னு வாங்கிடத்தான்
காளைக்கும் கன்னிக்குமோ
கவனமெல்லாம் கூட்டுச்சேர்த்து
போட்டி மேல போட்டியா
உடைகள் சண்டை போடுமாம்.....

ஒரு நாலு இரு நாலு
ஒரு நாளு ஒரு நாளி
தாமதிக்க தள்ளி வைக்க
காத்துக்கும் காய்ச்சலாமாம்..
கதவோடு காத்துக்கும்
கட்டிப்பிடி சண்டையாம்..

காலில் மெட்டியும்
உன் கரம் பிடித்த பின்னே
காலையென்ன மாலையென்ன
காலையும் மன்னிக்குமோ
கைகூடிய பின்னாலே
கண் காத்திருத்தல் தகுமோ...

மூச்சுக்காத்து தீண்டும் காதணி
கத்த வேண்டாம் காதோரம்..
சத்தம் வேண்டாம் சாய்ஞ்சாட...
சடுகுடு போட்டிக்கு
சட்டமில்லா சண்டையிப்போ

சாமத்தில் சரணம் அப்போ.. ...

சங்கடங்கள் பல கடந்து
சாதிச்சு நாம வாழ..
சத்தியம் நான் கேட்கறேன்..
வாத்சாயனரே வந்திடய்யா..- காதல்
வகுப்பறையில் காத்திருக்கேன்..

இதுவரை
கடந்து போன காலமெல்லாம்
கருப்பாச்சே நேத்தோட கரைஞ்சாச்சே..
உன்னைக் கண்டபின்னே
கண்ணசைத்த பின்னே
உன் துணையில்லா
ஒத்த நொடிகூட இனி
கருப்பட்டி கசப்பாச்சே...

வட்டுக்கருப்பட்டி என்னோடு
வாழ்ந்து பாரேன்..என்
வாசல் வரை வந்த வாத்சாயனரே...

வட்டிக்கு வாங்கிய வரிசைகள்
வகைவகையா காத்திருக்கு..
வனகவம் வழி பாத்திருக்கு
என்னை வாழவை..வாத்தியாரே..

எனக்கு வாழ்க்கை கொடு
வாத்தியாரே..
எனக்கு வாக்கப்படு வாத்தியாரே..
வளமாய் காத்திருக்கேன்..
வறுமை போக்கி
உயிர் செய்வோம்...

131. காகிதம் நான்...கவிதையல்ல..நீ எழுதாமல்...

குளிர்கிறது காலை
குளிக்கிறது வீணை...
உடலோடு நாண் பூட்டி
மீட்டிடுது ஆணை.
வெட்கம் அணை....

விஞ்சும் மொழி கெஞ்சும் படி
விழியோடு விரல் மீட்ட
விடியல் வினைக்கு
விளக்கம் விரல்களுக்கு..
தேடல்..வெளிச்சத்தில்.....

விக்கிதுப் பேசும்
விம்மல் குரல் பாதம்..
படரும் காலை வாசம்
காகிதமல்ல உடல்
கவிதை இதழ் வசம்..

கண்கள் கதை கேட்க
காதோரம் கூந்தல் பேச
மூச்சுக்குள் முகம் சுகம்
மொத்தமும் முடிவுரை மனம்
மஞ்சள் முகம் தஞ்சம்...

மனசு தான் கேட்கும்
மாமனின் மார்பும் பூக்கும்
தலைசூடிய மல்லிகை
வாசம் நாசியில் நாவோடு நல்லடக்கம்...

நாணமும் நானும்
நற்பொழுதில் புலர..
நானும் பேசிட
இருக்கை பூ வாசம்..நேசம்..
மனம் கூசும்..

அடடா..என்ன இது
என் விரல் இனிக்கிறது..
இந்தவேளை இன்னுமோ
என் நினைவில் இருக்கிறது...

ஏகாந்த பனித்துளி
ஏவலைத்தேடி..
ஏதோ ஒரு மயக்கத்தில்
ஏனையவன் மார்போடு கூடி..

கெஞ்சிடும் கொஞ்சிடும்
அதிகாலை தினமும்
ஆசை முகம் கனவும்...

நித்தமும் எனக்கோ
தாவணி போட்ட
நாள் முதல்...தவிப்போ...

கூதிரில் கூடுமோ
கூடலில் சேருமோ...
கூதிர் காலமோ இது
கூந்தல் குடைக்குள் மழை..
இவள்..தேகமோ...

நானும்
ஆவணி மாதமோ

நாணம் அவன் காணும் மாதமோ
தாவணி மார்க்கமோ நானறியேன்
அவன் வரும் நாளை....

நான் தாவணி போட்ட..புள்ள
தனமும் தவிப்பும்
தடைபோடும் என் மனசுக்குள்ள

காத்திருப்போ..கடனுக்கல்ல
காகிதம் நான்
கவிதையல்ல..நீ எழுதாமல்.
இன்பமில்ல....இன்னும்
என்ன சொல்ல..
என் காதல் கண்ணோட்டம்..
மாநாடு உயிர் கூட்டம்....

132. நானே உன் பெயராக ஆசை...

உன்னை பெயர் சொல்லி அழைக்க
நானே உன் பெயராக ஆசை...

உன் பெயரை
பச்சை குத்தி..எனக்குள்
உன்னை ஒழித்து வைக்க ஆசை..

ஒழித்துவைத்து உன்னையே
இவளிடத்தில் சிறை பிடிக்க ஆசை..

சிறை பிடித்த உனக்குள்
நான் அடங்க ஆசை...

அடங்கா ஆசைகள்
நீ தீர்க்க ஊரடங்க ஆசை...

ஊரடங்கிப் போனதும்
உன் விரல் பிடித்து
சாலை கடக்க ஆசை....

கடக்கும் காற்றை
கைபிடித்து கட்டளையிட ஆசை...

கட்டளையிட்டு உன்னுடலில்
காற்றாய் நான் புக ஆசை...

நானான சேலைக்குள்
நீ சோலையாக ஆசை...

சோலைக்குள் சிலையாய்
உன்னை வடிக்க ஆசை..

வடித்த கற்பனைக்குள்
கரைந்து போக ஆசை...

போகனே உன் ஆசைக்குள் - உன்
ஆவியாய் நானாக ஆசை...

133. விழி வழியே..விடம்....

நுரை தள்ளி செத்துப் போக
உன் பார்வை விடமோ ..
விழி தாழ்ந்து கீழே செல்ல
இருப்பது விசக்குடமோ ..

ஏதோ மயங்கி இடைவெளி கேட்க
இப்போதைக்கு அது இருப்பிடமோ
உன் இடை அகவிலைப்படி புறமோ ..

குளிர்ந்த வெயிலும்
கொழுத்தி எடுக்கும்
கொற்றை நாரைகள்
ஒற்றைக்கால் தவம் புரியும்
முன் நெற்றிப்புறமோ
உன் அழகு அற்புதமோ ..

நிமிர்ந்த மூக்கின் ஓரம்
இருப்பது மருவமோ மச்சமோ
இல்லை உன் அழகின்
ஒட்டுமொத்த மிச்சமோ ..
அதுதான் உன் கன்னமோ..

தோல் நீக்கி வெட்டிவைத்த
பலாச்சுளையின் பாதி சுவை
இதழோர எச்சமோ
ஓரெட்டு தரையில் வீழ்ந்தால்
எட்டுத்திசையும்
தேன் மழை கொட்டுமோ
அந்தநேர அடைமழைக்கு

முத்தமென்று அர்த்தமோ..

கத்தியடி பேசும்
காக்கைக்கும் கானம் வரும்
காகிதத்தை மென்று தின்று
எழுதுகோல் ஏங்கிச் சாகும் ..

பார்த்தெழுத நீ மகாபாரதமோ
உன்னழகு அட்சய பாத்திரமோ
பலநூற்றாண்டு பரிதவிப்பில்
பதி நான் விரதமிருந்தே
உன் பார்வை பட
காத்திருக்க வேண்டுமோ..

பாதித்தூக்கத்தில் நான் அழுதாலும்
எழுந்தாலும் பத்திரமாம்
உன் நினைவு பதட்டத்தில்
பட்டுச்சேலை கொசுவத்தில்..

பாதையில் ஆயிரம் ஆய்வடிப்பூவே
நீ நடந்தால் பாதச்சுவடோ
பூவடிப்பூவே..
பார்த்துப்போ பூக்களெல்லாம் பேசுது
பாதம் பார்த்து பெருமூச்சில் வேகுது..

ஆத்தாடி அப்படி நீ பாக்காதே
ஆவியல்லோ கூசுது..
கூடுவிட்டு கூடு தாவ
கூந்தலிப்போ கூவுது..
அத்தனையும் விட்டுப்புட்டு
உன் பின்னாடி ஓடிவர
மனசு ஏனோ என்னை ஏசுது
மதிமயங்கி பேசுது..

எப்படித்தான் நீ பொறந்தியோ
என்னுசுர காவு வாங்க
இப்புறம் வந்தியோ..
எமனையும் சுமந்தியோ
என்னுசுர கண்ணால பிடிச்சிழுத்தியோ..
அச்சுப்பிறலா.. அவந்திகையோ...

அச்சச்சோ தாங்கலடி
இச்சையெல்லாம்
நீ தூக்கிப்போக
இருதயத்தில்
இரும்படிக்கும் சத்தமடி
என் கண்ணு தூங்கலடி..

குறையெல்லாம் குத்தமடி
குறையிருப்பு அழகிற்கு
குறத்தி கணவனும் மட்டமடி..

என் மந்தாரப்பூவே
என் மனசை உடைச்ச கன்னித்தீவே
கரும்புப் பார்வை வீசாதேடி
நான் சக்கரை நோவில்
செத்துப் போவேன்..

கடைக்கண்பார்த்தே போறேன்
கடைசிப் பேருந்தும்
கடந்து போக
இந்தநேர கவிதையில்
செத்தே போறேன்.....

கற்பனையில் கலந்து போறேன்
இது காதலில்லை என

உன்னைக் கடந்து போறேன்...

கவிதையோடு மட்டுமே உன்னழகை
கவர்ந்து போறேன்...

..இயலிசம்..

134. வரமா..சாபமா..இந்த காதல்....

உனக்காக
நான் எழுதும்
ஒவ்வொரு வார்த்தையும்
அழுகிறது...

உன் பெயர் எழுதிய
பேனா முனை உடைகிறது..

உன்னை நினைக்கையில்
எண்ணம் எரிகிறது..

எழுதாத எழுத்தெல்லாம்
ஏனோ தற்கொலை செய்கிறது..

வழிகள் வலிக்கிறது..
பயணம் பாடையாகிறது..

பாதைகள் முள்ளாகிறது
மணி முட்கள் நகராமல் நர்த்தனமாடுகிறது..

நகைப்புகள் நவரசமாகிறது
நாப்பேச்சு காதோரம் கசக்கிறது..

கவனங்கள் கலைந்து போகிறது
கால்கள் தரையை உழுகிறது..

வரமா..சாபமா
இந்தக் காதல்..
வழிப்போக்கன் நானோ

உன் முகமொழியால்
வழி மறந்தேன்..
மனம் தொலைத்து விட்டு
மழலை போல
யாருமில்லா கூட்டமிதில்
தொலைந்தேன்.

நான் காதலானேன்..
நீ கண்ணசைத்த காரணத்தால்
கவலையானேன்..

கை கூடுமோ
என் கற்பனைகள்..
உன் கவசம் தாண்டியும் சேருமோ
என் காத்திருப்புகள்...

135. தாவணி போட்ட..நாள் முதல்...

குளிர்கிறது காலை
குளிக்கிறது வீணை...
உடலோடு நாண் பூட்டி
மீட்டிடுது ஆணை.
வெட்கம் அணை....

விஞ்சும் மொழி கெஞ்சும் படி
விழியோடு விரல் மீட்ட
விடியல் வினைக்கு
விளக்கம் விரல்களுக்கு..
தேடல்..வெளிச்சத்தில்.....

விக்கிதுப் பேசும்
விம்மல் குரல் பாதம்..
படரும் காலை வாசம்
காகிதமல்ல உடல்
கவிதை இதழ் வசம்..

கண்கள் கதை கேட்க
காதோரம் கூந்தல் பேச
மூச்சுக்குள் முகம் சுகம்
மொத்தமும் முடிவுரை மனம்
மஞ்சள் முகம் தஞ்சம்...

மனசு தான் கேட்கும்
மாமனின் மார்பும் பூக்கும்
தலைசூடிய மல்லிகை
வாசம் நாசியில் நாவோடு நல்லடக்கம்...

நாணமும் நானும்
நற்பொழுதில் புலர..
நானும் பேசிட
இருக்கை பூ வாசம்..நேசம்..
மனம் கூசும்..

அடடா..என்ன இது
என் விரல் இனிக்கிறது..
இந்தவேளை இன்னுமோ
என் நினைவில் இருக்கிறது...

ஏகாந்த பனித்துளி
ஏவலைத்தேடி..
ஏதோ ஒரு மயக்கத்தில்
ஏனையவன் மார்போடு கூடி..

கெஞ்சிடும் கொஞ்சிடும்
அதிகாலை தினமும்
ஆசை முகம் கனவும்...

நித்தமும் எனக்கோ
தாவணி போட்ட
நாள் முதல்...தவிப்போ...

கூதிரில் கூடுமோ
கூடலில் சேருமோ...
கூதிர் காலமோ இது
கூந்தல் குடைக்குள் மழை..
இவள்..தேகமோ...

நானும்
ஆவணி மாதமோ
நாணம் அவன் காணும் மாதமோ

தாவணி மார்க்கமோ நானறியேன்
அவன் வரும் நாளை....

நான் தாவணி போட்ட..புள்ள
தனமும் தவிப்பும்
தடைபோடும் என் மனசுக்குள்ள

காத்திருப்போ..கடனுக்கல்ல
காகிதம் நான்
கவிதையல்ல..நீ எழுதாமல்.
இன்பமில்ல....இன்னும்
என்ன சொல்ல..
என் காதல் கண்ணோட்டம்..
மாநாடு உயிர் கூட்டம்....

136. விண்ணும்..மண்ணும்...

நான் உறங்கா நாட்களுக்கு
இரவென்று பெயரில்லை..
நான் மயங்கா கனவுகளுக்கு
இவளன்றி உரிமையில்லை..

துளி தூக்கம் வரவில்லை
உன் நினைப்பு
விடை இன்னும் தெளிவில்லை..

விழி மூடும் நினைப்பில்லை
மனதோடும் மனமில்லை
கசப்போ மருந்தோ நீ..
கவனத்தில் நானில்லை..
காலமோ கற்பனையோ நீ
காதலோடு கலப்பில்லை..

கண்ணிமைக்குள் நீயிருக்க
கருவிழிக்குள் பாரமடி
கண் மூடி நான் தூங்க
கட்டிலும் மரமடி
தலையணை ஈரமடி....

காதலை நான் தின்ன
கவளமோ உன் கவனம்
கவனிக்க ஆளின்றி
காய்வதோ என் மனம்..

கானலாய் நிலா
காதோரம் உலா..

மூச்சுக்காத்து முத்தம்
முழுமதி இல்லை நித்தம்
ஏக்கம்..

ஏனோ நானாக நீ..
ஏக்கத்தோடு நீயாக நான்..
ஏனோ காதலோடு நான்
என்னுள் காணாத நீ..

விடியும் வரை மோதல் தான்
இருதய அறைக்குள்
போர்க்களம் தான்..

இலவம் தானடி
என் காதல்..
இமைவசம் தானடி
இதழ் தேடல்...

இருதயம் தீண்டாத வாய் வார்த்தை
இமை கிணற்றில்
இருந்தென்ன பயனோ...

இருவரும் சேராத
இரவுகள்
வருவதால் ...

நிலவே..நீயும்..நானுமோ..
நிழலும் அகலுமோ...

விண்ணும்..மண்ணுமோ..
விழி தீண்டிய வெளிச்சமோ..
நீ சொல்லா
என் காதல் போல்...

தூரமாய்…துளிர்க்கிறாய்…

தூக்கத்தில் சிரிக்கிறாய்…

137. அடுத்த தெருவிற்கு போவோம்

அடுத்த தெருவிற்கு போவோம்
அவள் கண்களை தாண்டவில்லை..
அடுத்த பக்கத்திற்கு போவோம்
அவளிடை நிற்கவில்லை..
அடுத்த கடை பார்ப்போம்
அவள் போக மீதமில்லை..

அடுத்த முறை காண்போம்
அவள் அழகு நிறைக்கவில்லை..
அடுத்த கதை கேட்போம்
அவளோடு மிச்சமில்லை..
அடுத்த பகடி மீட்போம்
அவள் இணக்கத்தில் இரக்கமில்லை.

அடுத்த பதிவு களைவோம்
அவள் களையல்ல காகிதப்பூ..
அடுத்த வரியில் சேர்ப்போம்
அவள் காகிதத்தில் மணக்கும்
காவியப் பூ...

காதல் பேச வார்த்தை தேடி
கண்ணடி பட்டு வீழ்ந்ததோ
வானம்
அவள் காலடியில்...

கருணைக்கு அவள் தள்ள
கட்டுப்பட்டு மீண்டதோ மீதம்
கை இடுக்கில்..

இன்னும் இறைந்திருந்தால்
வானமும் பாலையாகுமாம்
சோலைப் பார்வை
சேலை தாண்டி மேலே..

ஏனடா..போதுமா..
நீ கொட்டியது கண்ணீரா
தண்ணீரா..
என் மேல் தெளித்த பன்னீரா..

கண்ணாலே கேட்கிறாள்
கார்மேக காதலன் கூட....

இன்னும் வேண்டுமோ
இல்லை
இருப்பில் நிறைந்ததே போதுமோ..
இப்போது நிறுத்தினாய்
இருக்கத்தில் இடைவெளி விட்டு..

குறும்பனடா..நீ
குளக்கரை என்னை
குளமாக்கினாய்..
களமாடியே என்னை
களவாடினாய்..

இத்தோடு போய்விடு
நான் என் வீடு போகணும்..
என்னோடு கைகோர்க்க
கதிரவனை கூடணும்..

மிச்சமின்றி நான் அணைத்தேன்
உன் அரவணைப்பில்
நிலம் குளிர

நான் நனைந்தேன்..

நீ மறைப்பை தாண்டிப்போக
நானும் விடுவேனோ
அது
உன் வீட்டுச் சொத்தோ..
இல்லை..
சொந்தச் செலவில் சேதமோ
சேலைக்கு நீ தாரமோ..
நாளை வா...
நான்
நனைய காத்திருக்கேன்...

கையில் கவனத்தோடு..
பாதம் மட்டுமே
நீ தீண்ட....

138. ஆஹா..ஆத்தியோ நீ ...

அருகாமனை அவிந்தியோ நீ ...

முறைக்கயில முடுச்சடி

முன் நெற்றியோர மச்சமடி

முன் பல்லில் மாட்டிக்கிட்ட

என் முகவரி திருப்பி தாயேண்டி ..

கனகாம்பர பூவுக்கு

காரணமும் நீயடி

காத்தோடு வாசம் வீச

வகிடெடுத்து வளை பூட்டியது நீயடி ..

காணாத கண்ணுக்குள்ள

கருமுட்டையா நின்னவளே

காதோர கனலுக்கே

கற்பனை தொலைச்சேன் கார்த்திகையே ...

கத்திரிப்பூ மூக்கு மேல

கருத்த உன் காலுமேல

காதலும் வந்திருச்சே

கடைத்தெரு கூடிடுமோ ..

கையோடு நான் புடிச்ச

காதல் புறா ரெண்டுக்கும்

கண்ணும் கையடிக்க

காதலும் சேர்ந்திருமோ ..

அடி ..கருத்த என் ஆதிரமே

கால் நனைக்கா சந்தனமே

கையாள காத்த கொல்லாத

காதலோட என்ன கருணை கொல செய்யாதே ..

நிசமாய் நீ நீசம்பூ

நித்திரையிலும் வாசப்பூ ..

நின் கருத்த மனசுக்குள்

நான் காணாமலே போனேண்டி ...

எதிர்க்கே வீசும் காத்தோ

கண்ணழுட்டி பாக்குறதே ..

நெருப்பல்லோ நெஞ்சுக்குள்ள

நீ அணைக்க காத்திருக்கு ..

என் கருத்த முழி அழகே

கட்டாந்தரை நிறத்தழகே

கற்பூர நெனப்பு புள்ள

நீ இருக்கும் மனசுக்குள்ள..

கைபிடிச்சு நான் சேர

கரிசனமும் காட்டிடேன்டி

கத்துற காளைக்கு

கக்கத்துல காதலடி ...

கவனமில்லா நேரத்தில

கண்ணசைச்சா என்ன செய்வேன்

கத்திரி வெயிலையோ

கிழிஞ்ச வேட்டிக்குள்ள மறைச்சுவைக்க ...

முத்திப்போன முந்திரிக்கு

முழுசா உடைக்க ஆசையடி

முழுமதி கண்களை நீ காட்ட

முதலிரவு பாயாசத்துக்கு வெட்கமடி ..

வெடிச்சதிப்போ பருத்திப்பூ

வேதனையா உன் மறைப்பூ

மல்லிப்பூ கையோட

மருகி நானும் நிக்கறேண்டி ...

உன் மாராப்பூ ஓரம்

மஞ்சள் கயிரு சேலையாக

மனசார மாறிடவே சம்மதமும் கேட்குறேண்டி ..

139. நீயில்லா நான்..

நான் உன்னை காதலிக்கிறேன்..

நீ சொன்னவொரு
வார்த்தையத்தான்
என் கவிதைக்குள்ள
ஒழிச்சு வைச்சேன்..

உன்ன நெனச்சு ஏட்டுலயும்
உன் பெயரை எழுதிவைச்சேன்
ஏட்டிலயும் எறும்பு ஊற
என்னை நானே திட்டிக்கிட்டேன்
எங்கே உனக்கு நோகுமோன்னு
என் கண்ணோரம் நீர் பூத்து சிரிச்சேன்..

வானவில்லின் ஓரம் தொட்டு
வண்ணமையிட ஆசப்பட்டேன்
உன் நிழலின் அழகினிலே
வானவில்லை நானும் கண்டேன்..

வார்த்தையிலே அற்புதமடி நீ
வாக்கியத்தில் அதிசயமும் நீ
வரிகளில் வாழ்கிறாய் நீ

வலிக்கிறதெனக்கு
ஒருமுறை
முகம் காட்டிப் போ
நீ....

உன் பெயர்

உச்சரித்தே
உயிர் வாழும்
உயிர் கரைந்தாலும்
உன்னையே நினைக்கக்கூடும்...

கூடுமானவரை கூட்டிப்போ
கூட்டுக்குள் ஆசை கூட்டிப்போ
கூடிப்பேசிட கூடிடுமோ
கூடி வாழ கூடிடுமோ...

சாதிக்கொரு சங்கம் வைத்து
வயிற்வளர்த்தார்
நம் வாழ்க்கையை
வார்த்தைகளோடே வாழவைத்தார்...

இனியொரு காலம்
நாம் பிறப்போம்..
காட்டில் கவரிமானாக
பிறப்பெடுப்போம்..

நானாக நானில்லை
இப்போது
நீயின்றி
நான் வாழக்கூடாது...

140. நிராகரிப்பு..

ஒற்றை வார்த்தையில்
ஓராயிரம் வலி தந்தாய்
எட்டி நிற்கிறேன் ஏன்
கண்ணீரால் கதவடைத்தாய்...

காகிதம் போல காற்றிலும்
நீ சிரித்தாய்..
குளக்கரை தேக்கினேன்
உதட்டோரம் நீ கரித்தாய்..

காகிதம் குப்பை தான் உன்
கை பட்டதும் கவி என்றாய்..
ஆதலால் காதலை
கருவறைக்கும் குடி வைத்தாய்..

முடிவுரை வாழ்க்கைக்கு
முதல் முறை நீ தந்தாய்..
முழுவதும் நான் இழந்தேன்- இதுவரை
முகவரியாய் நீ இருந்தாய்..

காதலா..
முகம்மூடிக் கடக்கின்றேன் ..
காதலாய்..
நான் இன்னும் உன்
கைப்பிடிக்குள்ளேயே கிடக்கின்றேன்..

மீண்டும் மீண்டும்
முன்னுரையாய் நிற்கின்றேன்
முடிவுரை வேண்டாம்

நம் காதலில்
முடிவோடு போய்வருவேன்...

141. எங்கெங்கும் காதல்...

காணும் பூக்களெல்லாம்
காதலிக்கத்தோன்றும்
கருக்குள் இந்தக்காதல்
கவிதையாக மாறும்...

காற்று வந்து
கவனம் தொட
கைவிரலாய் தோன்றும்..
கைபேசி முகத்திரை
காதலியாய் மாறும்..

கத்திப்பேச்சு கவனிப்பு
கார்முகில் துகில் சேர்ப்பு
காதலென்று கூறும்
காகிதம் பூவாய் மாறும்..

தாடையில் கருமல்லிகைப்பூ
அவள் சூட ஏங்கும்
அவள் சூடா தாழம்பூ
தழும்பாகத் தோன்றும்..

தவிப்புகள் தவிர்ப்புகள்
தாமரை மீது தண்ணீராய்
தாவிடும் மான் போல
மசக்கை விழி பனி போல...

இங்கும் தேடும்
அங்கும் தேடும்
ஆளில்லா தெருவில்

அங்கப்பிரதட்சணமாய் உருளும்..
அத்தனையும் காதலென்றால்
கண்ணியம் எப்படிப்போகும்...

கடற்கரை மணல் கடந்தால்
காலடிகள் ஜோடி
நெடுஞ்சாலை தனைக் கடந்தால்
படபடக்கும் தாவணி தேடி..

பகல்வேளை பிறப்பெடுக்கும்
பிறவி ஊமை போலே..
பாவை முகம் காணுகையில்
பாட்டெழுதும் பாதம் மண்மேலே...

பச்சை இலை உதிர்ந்து
உருமாறி காதலிக்கும்..
மண்ணுக்கும் நமக்கும்
காதல் மனதோடு
மக்கிப்போகும்...
மறுபிறவி தேடும்..

142. குடிகாரன்..அவன்..

அவனுக்குப் பசி
அவள் மேல் ருசி..
இடைவெளியில் இருப்பு
இப்போதைக்கு யார் பொறுப்பு..

அவன் தான் காரணம்
என் மேல் கருணையில்லா
கள்வனே காரணம்...
கண்ணை மறைத்து
காதலியை தழுவினான்..
காதகன்..கிராதகன்..

பதம் முடித்து பாதம் தழுவும்
பிச்சைக்காரன் அவன்..
புடவை நனைத்து
குளிர் காயும் குந்தியின் மகன்.

உடை களைந்து
நிலம் புணர்ந்த
நீசன் அவன்..
நிறைமாத மேகங்களை
குறைப்பிரசவம் செய்பவன்..

கருத்த தேகம் கொண்டு
கார்முகில் பெயரானவன்..
பெருத்த நேரம் மின்னலிட்டு
மேனி தழுவ வந்தவன்..

இருப்பையெல்லாம் அவன் தின்று

இடியாய் இடிப்பவன்..
இடையில் இளைப்பாற
இவள் வாசம் குளிப்பவன்...

குடிகார குயவன் அவன் - தேன்
குடம் உண்டு களித்து
குட்டைகளில் நிறைந்தவன்..
குமரன் கிழவன்
கதிரவன் புதல்வியின் கணவன்
நயவஞ்சகன்......

நான்
கண்ணயர்ந்த நேரம்
அவளைக் கொண்டவன்..
என் அனுமதியின்றி
அவளுடலைத் தொட்டவன்..

கள்வன்..கயவன்
கண்ணெதிரே வந்தான்..
கலை முதல் கடை வரை
கட்டியணைத்துச் சென்றான்..

நெஞ்சம் பொறுக்கவில்லை
இனி கத்தி அழுதும் பயனில்லை..
நாளைமுதல் சபதம் செய்தேன்
நான் வாழும் வரை அவனை
குடித்தே அழிப்பேன்
முடிவு செய்தேன்.....

ஆனாலும்
கவனம் இனி தேவை தான்
காலையும் மாலையும்
பின்னிரவு வேலையும்

உண்டு ருசித்தவன்..
அவளை மெல்ல இரசித்தவன்..
மீண்டும் வரலாம்...
போதை தீர்ந்ததும்
பேதை காண வரலாம்..

மின்னலைக் கொண்டு
கண்களை மறைக்கலாம்..
தூறலைத் தூதனுப்பி
துகிலைப் பறிக்க முயலலாம்..

எச்சரிக்கை இனி தேவை தான்
கைவசம்..
எப்போதும் ஒரு குடை தேவை தான்..

143.
இவள்..மக்களாட்சியா..மன்னராட்சியா..

மக்களாட்சியோ இவள்
மன்னராட்சியோ..
மாராப்பு முளைத்த
மனமே சாட்சியோ...

மல்லிகை வாடிய மனற்புரமோ
மாங்கனி குழைத்த மலர்சரமோ..
மந்திரமோ மாவிதழ் முல்லையோ
மயங்காத மன்னரும் படையெடுக்கவில்லையோ...

மெல்ல எட்டிப் பார்க்கும்
குட்டிப் புன்னகை
மெல்லவோ..மெல்லினமோ..

மொத்தமாய் பூத்ததோ
பூவோடு சோலைக்குள்
பிரிக்காத இரு இதழுக்குள்..

இமை தாழ்ந்து இருப்பதோ
இசைவுக்கு இன்பமோ
இப்போது இரவாகி
இரவல் பெற கெஞ்சுமோ..

பூத்த மலர்கள்
பூச்செடி தேடிய தொடக்கமோ
தோளோடு மெல்ல வீழ்ந்து
வினை தொட விளக்கமோ..

விரலோடு சேர்ந்து
கை விளக்கம்
விதி முடிந்ததோ - சில
பூக்களும் உதிர்ந்ததோ..

தேன் சூடிய பூக்கள்
வண்டுகளின் கவனம் ஈர்க்குமோ..
வருக என்றோ வாயோரம்
வரிகள் பிறந்ததோ..

வருத்தமோ அவள் வார்த்தை
உருவகமாய் உடுப்போடு
தாழ்ந்ததோ..
தவிப்போ காணுமிடத்தில்
கலவரமோ கட்டிய இடத்தில்..

காட்சிப் பொருளோ
கயல் தீண்டும் இடத்தில்..
கள்வனின் மகளோ இவள்..
கண்ணன் கண்ணை திருடும்
கவனத்தில்..

144. இறந்தேன்..இனியவளே..

இரவு
இது..

இன்பமாய் இனிக்கிறது
உன் நினைவு மார்போடு..

மடித்து போர்த்திய
மனசுக்கு மேலே
உன் நினைவு
புடவையோடு...

மாசத்தில் மூணு நாள்
முகம் பார்த்தே ரசிச்சிருக்கேன்..
இனி மறைவு வரும் வரை
உன்
முகம் காணாமலே
எப்படியடி கடப்பேன்..

கதவு சன்னல்கள்
உன் கைவிரல் கேட்கிறது..
கதவோர தாழ்பாள்
தலை தாழ்ந்து அழுகிறது..

அழுக்கு படுக்கை
அவளின்றி நாறுகிறது..
அதன் மீதும்
என்னைப் போல்...

கழுவாத நினைப்புகள்

பானையோடு
தீய்ந்த பருக்கையாய்
பகலோடு பட்டினியாய்...

காய்ந்த நம் கனவு
கைரேகை கலப்புகள்..
கசந்த குளியலறைத் துணிகள்
கசங்கிய காகித குப்பைகள்..

புதுப்பெயரோடு
உன்னை அழைக்கும்
காதல் கவிதைகள்..
கடத்திய விரலுக்கு
கத்திமுனை உணவுகள்..

இடுப்போர மயானம்
இளையா மீசை சமாதானம்
இன்னும் இருக்கேன்
இரவோடு இருட்டாய்..

நீ
விட்டுச்சென்ற திருட்டாய்..

திருத்தம் கேளடி
என்வாழ்க்கை மீண்டும்
திருத்த
திரும்பி வாயேன்டி..

வாசலில் ஒரு வாய்ப்பு
வாழைத்தோப்பு
கதிர் அறுப்பு..
பழுத்து பழம் கொண்டா
பாடைக்கு வழி தானோ..

ஏன்..நீ
என்ன தனியா
விட்டுப் போன..

தகராறோ உனக்கு
தாலிக்கு வருமோ என
பயந்தீயோ..
தீயோடு வெந்தீயோ...

பட்டுப்புடவை பாக்கறேன்
பக்கத்துல
பட்டுவேட்டி இருக்கறேன்..
பழசா நானிருக்கேன்
பாசம் மட்டும் இல்லே
நீ இல்லே..

ஒற்றை ஆண் நான்
ஒவ்வொரு நாளும்
ஒன்றைக் கொள்கிறேன்..
ஒன்றோடு ஒன்றாய்
உன் உடுப்போடு பேசுகிறேன்..

உன்னோடு வாழ்வதாக
உடைமாற்றி பழகறேன்..
வேட்டியை சேலை கொண்டு
வேடிக்கை ஆட்டம் செய்கிறேன்..

நானே நடித்து
நானே சிரித்து
நானே கைதட்டி
நானே அழுகிறேன்...
நீ அழுகறியோ..

அதுக்காக சிரிப்பது போல
சிணுங்கறேன்..

சிறை தானடி
நீயில்லா இந்த வாழ்வு..
சிரிக்க மறந்தேன்
சிரிக்க பழகினேன்..

உறக்கம் தொலைத்தேன்
உறங்க பழகினேன்..

உன்னை இழந்தேன்
என்னுள் இறந்தேன்..

145. காதல் வாழ்க

காதலில் தோற்றவன்
காரணம் தேடினால்..
கண்களில் நீர்துளி
காட்டிடும் பாரு நீ.
காரணம் இருவருமே..

இருவரி பாதைகள்
இதழ்கடந்த நாட்களை நினைக்கையில்
இருவரின் வாழ்க்கையும் இனி
இயல்பில் இருப்பது போல்
நடிக்குமே..

மனசெல்லாம் மத்தாப்பாம்
மார்பெல்லாம் பூக்கோலம்
இருவரின் இதயமும்
இணைந்திருந்த
பொற்காலம்..

பலவகை பேச்சுகள்
அர்த்தமில்லா செய்கைகள்..
காரணமறியா காரணிகள்
எல்லாமும்
காதலாம்
கற்பனையில்
மிதந்திருந்தோம்..

அந்த
கந்த சஷ்டி கவசத்தை
காலையில் கேட்கையில்

முருகனும் காதலனாம்..அவன்
உன் முகமாய் தோன்றிடுவான்..

அவள்
கூந்தல் சூடிய
பூக்களெல்லாம்
பாதையில் விழுகையிலே
கண்களும் கலங்கினான்..இன்று
அவளே பாதை மாறுகையில்
பாவியும் ஆகிப்போனான்..

மழலைகள்
கூடுமிடம்
அவள் குரல் நினைவுகள்
யார் இந்த குழந்தைகளில்
ஏதேனும் ஒன்றாக
நாம் இருக்கலாகாதா..
என்றும் நாம்
இப்படியே
இருந்திருக்க கூடாதா
அழும் அவர்கள் இதயம்..
ஒரு வழிப்பாதையாய்..
சேராத காதலாய்..

மன்னனும் வீரனும்
மாப்பிள்ளை தோழனும்
கடைசி நொடியில்
காதல் வந்து
அந்த காதலை சொல்ல முடியாமல்..
அடுத்தவன்
தாலி கட்டியதை கண்டு..
தாடியோடு இன்னும்
சுற்றுவோர் எத்தனையோ பேர்..

காதலின் மகத்துவம்
புரிதலை விட..
பிரிதலில் மிகவும்
கொடுமையாகும்..அவர்கள்
வாழ்க்கையை கொடுமையாக்கும்..

கோடி கோடி
கொட்டிக்கொடுத்தும்
காதல்வராத பலரும்..
கட்டாந்தரையில் படுத்தே
நிலவை கண்ணடித்து
அழைக்கும் சிலரும்
இன்னும் காதலுடன்
வாழ்ந்து கொண்டு தான்..
இருக்கிறார்கள்...

காதல் எப்போதும்
தோற்பதே இல்லை.. அதில்
காதலில் பிரிவை மட்டுமே
உண்டு பண்ணும்..அவர்கள்
புரிதலை ஒன்றுமே
செய்யலாகாது..

கட்டில் பாடங்கள்
தொட்டிலை தாண்டி
எட்டிப்பார்க்கையில்..இது
அவள் முகம் போல உள்ளதா..
இல்லை..
எங்கள் கூடலின்
சுவையில் கூடியிருக்கிறதா..என
யோசித்தே பலரும்..
தன் காதலின் பெயரை

தன் பிள்ளைக்கு
வைக்கின்றார்..

காதல் முதலும் கடைசியுமாய்
ஆகும்..
முடிவில் காதலே
முடிவிலி போல நீளும்..
கருவரை முதல் கல்லறை வரை..

146. கஜினி காதல்....

சிந்தையை சிரித்துப் பேசியே
சிறை பிடிக்கிறாய்
நானும் உன்
சிரிப்புக்குள் கலந்தே
உயிர் பிழைக்கிறேன்...

உன் இமைவழி
மார்பில் முத்தமடி..
மழை கொட்டுமடி...அது
இருதயச்சத்தமடி..உன்
சம்மதம் கேட்பதில்
என்ன குத்தமடி...
குரலியே..
நிரலியே...
பரலியே.......

உன் மனதை தொட்டு பார்
அது துடிக்கும் போது
உன் கைகளும் உணரும்...என்
காதலும் புலரும்...
உன்னுள் உயிரோடு புணரும்...

உன்னுள்
துடித்துக் கொண்டிருப்பது
நானே
குதித்துக் கொண்டிருப்பது
நானே
உன்னில் வாழ்ந்து கொண்டிருப்பதும்
நானே..

வார்த்தையில் உணரா
என் காதலின் வலிமை
அருகிப் போனது..உன்னை
பிரியமாய்
மனமின்றி பிரிந்தே போனது...

உன்னைப்பற்றி
நினைக்கையில்.
பனித்துளிகள் குவியலாய்
பார்வையில்
துளிர்விடும்..
பாதைகள் ஓரமாய்
பக்கம் பக்கமாய்...
இரண்டு இருவரி பாதைகள்
வழிமறக்கும்..
வெவ்வேறு பாதையில்
செல்லவே துடிக்கும்... இதழ்
வலிக்கும்...
இமை ஒழுகும்....
இருதயம் கருகும்
நாற்றம் வரும்...
இருதுளைகள் அடைக்கும்..என்னை
இம்சிக்கும்...

இருஇதழ் வனப்போ
இருதய நினைப்போ...மீண்டும்
மீண்டும்..

என் பார்வையில் உன்னை
தீண்டவே வருகிறேன்...
காதலைச்சொல்ல
வார்த்தைகள் தேடியே

வானுலகம் போகிறேன்...

இருவிரலில்
விண்மீனை திருடியே
மின்னஞ்சல் செய்கிறேன்...உன்
முகநூலை திருடியே
சுவாசிக்கிறேன்...என்னுள்
வாசிக்கிறேன்..உன்னை
நேசிக்கிறேன்...உன்
மூச்சு பட்ட காற்றால் தானே..

நான்
அடுத்தநாள் விழிக்கிறேன்..
உன்னை காணவே
உயிர்க்கிறேன்...
காணா நொடிகளில்
கண்பார்வை இழக்கிறேன்..

உன் பாதச்சுவடிகளை
வாசித்துப் பார்த்தே
உன் பாதங்களில் படர்கிறேன்...
பாக்கியம் பெறுகிறேன்..
பாத்தியமாய்
பயணங்கள் தொடரவே
இருநயனங்கள் கேட்கிறேன்...

வாகனப் பழுதுகள்
வார்த்தையில் ஏனடி...
என் வாழ்க்கை முழுவதும்
உன் கூடவே வாழனும் நானடி..

மனித புழுக்கள்
மனதை மட்டுமே கேட்டிடும்..

மண்புழு நானடி..

நீ மரித்தபின்னும்
உன் உடல் தின்ற
மண்ணை தின்னும்...
மண்புழு நானடி..
உன்னை மடியோடு கேட்கிறேன்...
மனிதனாய் மாற
மழைலையாய் கேட்கிறேன்....
ஆசையில் அடம்பிடிக்கிறேன்...
அவையங்களை அடக்க
முயல்கிறேன்...
இயலாமல் போனால்
அறுத்து எரியவும் துணிகிறேன்...

உன்னை மறக்க நீ சொன்னால்
மரித்தும் போகிறேன்...மண்ணோடே
மண்ணாகிப்போகிறேன்...
உயிரோடே
உன் வாழ்க்கைக்கு
உரமாகிப்போகிறேன்....

உன் முகமதி தரிசிக்க
மறுபடி பிறக்கிறேன்..உன்
பாதம் தொடும்
பரிதவிப்பில்
பாதரட்சையாய்
பிறக்கவும் சம்மதிக்கிறேன்...

வாழவே ஆசையடி..உன்னோடு
இல்லையேல்...
காற்றிலே கலந்தே
உன்னை அடையும் கனவோடு..

உருமாறி இருப்பேன்...மறுபடியும்
இறந்தாலும் மறுபிறவி
எடுப்பேன்..
அப்போதும் அடிமனதில்
உன்னை அடையும்
ஆசையோடே பிறப்பேன்....

காதலாய் களவு கொள்..என்
வாழ்க்கையை..

காதலை சொல்லியே
கனவுகளைச் சேர்த்தே
கை கோர்ப்போம்...
எதிர்பாரா எதிர்காலம் நோக்கி...

எரிமலையாய்
காதலடி என்னுள்
எதிர்பாராதே..என்னை ஏமாற்ற..
ஏமாளியாவாய்...
நீ...

147. இரவின் நீட்சி...

இரவின் நீட்சி
அதிகாலை
இதழின் வீழ்ச்சி....

உள்ளத்தணையது
காதல் - மூச்சுக்
காற்றில் கலந்தே - உயிரில்
கலக்கவே அழைக்கும்..

இருதயம் கலந்தே
இமைகளில் வழியும்..

உடுப்புகள் இன்றே நீங்கிய
உறவாய் மாறும்...
உடுத்தா நொடிகளில்
உறக்கமே கொள்ளும்...

இடைவெளி
கேட்டால்..
கிரங்கியே கொல்லும்..

கிளிகளின்
பேச்சாய்
இதழும் சிவப்பாய்
மாறும்...மாற்றி மாற்றியே
சொன்னதை சொல்லும்...
இனிக்கவே செய்யும்..
இருவரி கவியும்...

சுவரும் வெட்கத்தில்
கரு நிறம் உடுக்கும்..
விளக்கும்
விடியல் விட்டே
இருளாய் போகும்...

மாற்றம் கேட்டே
மனமும் செல்லும்..
கட்டிலில் கருத்துக்கள் இன்றியே
என்றுமே

மாறாது காதலும்....நிலைக்கும்..

கணவனின் கைகளே
கவிதைகள் எழுதும்..அது
தாய்மைக்கு என்றுமே
தலைப்பாய் மாறும்...

படுக்கையின்
பரிசுத்தம்
பரம்பரை வளர்க்க...

பிறவிப் பெரும்பயன்
பெற்றே வளர்க்க...

கண்கள்.. கண்டால்..
கைவிரல் ஈரம்
கண்ணுக்கு பிடிக்கும்..
கண்விழி ஈரம்
விரல்களுக்கு கசக்கும்..

கைவிரல் பனித்துளி
கண்ணுக்கு பிடிக்கும்..

கண்விழி பனித்துளி
விரல்களுக்கு கசக்கும்..

கைவிரல் தீண்டல்
கண்ணுக்கு பிடிக்கும்..
கண்விழி தீண்டல்
விரல்களுக்கு கசக்கும்..

கைவிரல் பசி
கண்ணுக்கு பிடிக்கும்..
கண்விழி பசி
விரல்களுக்கு கசக்கும்..

கைவிரல் காதல்
கண்ணுக்கு பிடிக்கும்..
கண்விழி காதல்
விரல்களுக்கும் கவிதை பிறக்கும்..

148. முகத்திரை விலக்கு...

ஒருமுறை முகத்திரை விலக்கு
முழுமதி நான் காண..
முழுவதும் தொலைத்து நான்
எனக்குள் தொலைந்து போக..
விழி கண்டு விழுவேனா
விழும் வரி கண்டு விடுவேனா..
இமை தாண்டி தொழுவேனா
இருதயம் ஓரம் உறைவேனா...
உண்மையில் கரைவேனா
கனவிலும் அழுவேனா..
வா...
அருகில் வா பேசலாம்
அருகி குழைத்து பேசலாம்...
அருவும் பேசலாம்
அருவியும் பேசலாம்...
அருவாய் பேசலாம்
அன்பாய் பேசலாம்....
இப்போது
உன்னைப் பார்த்து
கண்ணடிக்கும் ஆசையில் என்
கண்கள் ஒன்றையொன்று
அடித்துக் கொள்கிறது...
உன்னைப் பார்த்து
பேசிடும் ஆசையில்
இதழ்கள் சண்டையிட்டு
இடம் குவிகிறது..
உன்னை விழுங்கும் ஆசையில்
என் கண்கள்
கண்ணீர் நிரப்பி காத்திருக்கிறது...

உன்னைத் தழுவும் ஆசையில்
விரல்கள்
பட்டினிப் போராட்டம் தொடங்க இருக்கிறது•••
உன்னை அணைக்கும் ஆசையில்
நெஞ்சோரம் கொஞ்சமாய்
காதலால் பிளக்கிறது..
வலி மட்டுமே வரமாய் கிடைக்கிறது•••
கள்ளியே•••
ஒருமுறை
உன் விரலை மட்டும்
தொட்டுப் பார்க்க ஆசை..
உன் விழி இசைந்தால்
விடை தேடியும்
உற்றுப் பார்க்க ஆசை•••
பலமுறை
உன் விரல் கோர்த்து
நடை பாதை அளக்க ஆசை••••.
நீ விடையளித்தால்•••
வீதியில் விதிவரை
அழைத்துச் செல்ல
ஆசை••••.
•••இயலிசம்••••.

149. கண்ணை மூடிப் படிக்கவும்...

நீ படிக்க மறந்த
என் கவிதைகள் பாவமடி..
நான் பாவியடி..

உன் பார்வை தீண்டாமல்
பசியில் தேடுது...உன்
இதழ் சுழித்தே சுவைக்காமலே
இதயம் சுருங்கியே போனது..

இருவரிக் கவிதைகள்
இம்சையை
இரவல் கேட்குது..

இதழ்வழி ஏச்சுக்கள்
பொருள் இல்லாமலே போனது...

எதுகை வேண்டும்
மோனை வேண்டும்
என் கவிதைகளில் நீ கூட வேண்டும்...

கொஞ்சலாய்
கெஞ்சலாய்
காமத்தை தூரம் தள்ளி வைப்போம்..
கட்டில் குழந்தையை
தூங்கவைப்போம்..
தொட்டிலை தூக்கியே
மார்பில்
கட்டிவைப்போம்...

காரிருள் நேரத்தில்
காதலை மட்டும் விட்டு வைப்போம்..
நம் காதோடு சொல்லிவைப்போம்..

முத்தம் இன்றி போனாலடி..
என் உயிர்
சத்தமின்றி போய்விடுமே...

கண் முடிகள் காணுமடி
காதலும் வாழ ஏங்குதடி..
காதல் கொடி படர்ந்தடி..அது உன் கொடி இடை கேட்குதடி...

கொடிகளில் பூத்த
காய்கள் பெருத்தே
என் கண்ணை திண்ண பாக்குதடி...
காதல் இன்றி நானும்
தண்ணீர் இல்லா மீனும்
விக்கலில்..என்
காதல் உன் விழிமுனை
சிக்கலில்....

தாவணியே
தாடகையே
மறுமொழி பேச்சு வேண்டாம்...

சித்திரையும் முத்திரையும்
உன் பார்வை படவே காத்திருக்கும்....

பூக்களே உயிர் பெறுங்கள்
வார்த்தை வாசனையால்
என்னை தின்னுங்கள்...

நானோ

வார்த்தைகளுக்கு உள்ளே
உன்னை வகைப்படுத்த போகின்றேன்..

வகிடுக்கு நடுவே உன்னில் வாழ்ந்துவிட்டுப் போகின்றேன்...

காதலில் கொல்லாதேடி..
காதல் இசைந்தபின்
காமம் பொல்லாதேடி...

என் கண்ணிமை தள்ளாதேடி
தவறே..தவமே...
தாவணிப்புறமே...
அழகே...அருகே..
அறிவியல் பாடமே....

அடங்கா அவய ஆழியே
ஆசைக்கு என் உயிரே
கூலியே...

குடமுழுக்கு செய்த
குமுதமே...
குங்கும சந்திப்பே..
குரை காண இயலா
குற்றமே...உன்னை
படைத்தவன் செய்த
பிழையே...என்னைக்
கொன்றது
அவன் படைப்பு கலையே....

வார்த்தை தேடி
தமிழை கல்லெடுத்தே
எரிகிறேன்...காய்த்த
தமிழ்மரத்தை

பழம் விழவே பார்வையில்
குறிவைக்கிறேன்...என்
இமைபட்ட இடத்தை
கவிதையாய்
கவனமாய்
குறிவைத்து எறிகிறேன்..

150. அவளுக்கென்ன...அற்புதம்..

உடை காணா
அவளுடல்...
உலக கண்காட்சி
ஓவியம்...
உடுத்தி கண்ணாடி காண்கையில்
உயிர் கொண்ட காதல் காவியம்..

அழகில் அவளோ
அச்சுப்பிழை
ஆலயம் காணா
ஆயகலை...

மல்லிகை மலரும்
மாராப்பு ஓரம்
மாம்பூ மலரும்
மார்கழி மாதம்...

கவிப்பேரரசு கசக்காத
காகிதப்பிழை
கற்பனைக்குள் அடங்காத
கவிதைக்கலை..

முன்நெற்றி கீழ்தாழ
மனசுக்குள் புழுக்கம்
மகவுக்கும் அவளுக்கும் மதிமுகப்பொருத்தம்..

உதட்டோர உச்சரிப்பில்
வள்ளுவனின் பிள்ளை
உதடு பட்டுத் தெறிக்க

எம்மொழிக்கும் தகுதியில்லை..

மேதையூறும் குடுவையை
மேலிமைகள் விஞ்சும்
காற்றும் அவள் கண்ணசைக்க
மேதை கொண்டு கொஞ்சும்..

இசைக்கே இருதயமாய்
இவள் இருக்கக்கூடும்
இவள் மூச்சுவிடும்
இறுக்கத்தில்
இறைவிழி திறக்கக்கூடும்..

இவள் கூந்தல் பட்ட
காற்று தான்
தென்றலாய் இருக்கும்..
இவள் கடந்த பின்னே
கட்டாந்தரையும் மணக்கும்..

இருபடை போருக்கு நடுவே
இளைப்பாறக்கூடும்..
இவள்
இடைவெளி கண்டாலோ
இன்னமும் நீளும்...

இவள் விரல் தொட
கார்முகில் காத்திருக்கும்..
இவள்
விரல் பட
கருங்கல்
பாட்டிசைக்கும்..

இவள்

நடந்தால்
கால்களுக்குள் நாட்டியவிழா..
பாரினில்
நடனத்தையும்
நாட்டியவள் இவளா....

பிறப்பில் இவளொரு
தேவதூதம்
இவளுக்காகவே
பிறந்தது
சாம வேதம்......

இன்னும் சொன்னால்
வார்த்தை வாழும்..
இந்த நொடி
வாழ்ந்திட இதுவே போதும்..

அவளுக்கென்ன அற்புதம்
ஆண்டவனுக்கே அதிசயம்..

...இயலி...

151. படித்துறையிலொரு பட்டாம்பூச்சி...

படித்துறையிலொரு
பட்டாம்பூச்சி..

மேலாடை தூக்கி
மனசையும் பூட்டி..
மஞ்சள் குளிச்சு
மனசு நிறைக்கறாளாம்..

பார்த்ததும் குமுறல்கள்
குளத்து தாமரைக்கு..

ஊரோர ஒதுக்குப்புறம்
அதனருகே அழகு குளம்
குளத்திலாடும் தாமரையும்
அவளும் ஒன்றோ
நானறியேன்...

வண்ணங்கள் சற்று
குறைவு தான்.
வனப்புகள் இன்னும்
குறைவு தான்..
வாசனைகளும்
குறைவுதான்..
வஞ்சியைப் போலில்லை
தாமரைக்கு..

தாமரை மலருமோ
தாவணி பூக்கையில்

தடாகம் தனைத் தாண்டி
தாவிடுமோ
தெருக்களில்...

தவமோ ..இது சத்தியமோ
பட்டாம்பூச்சி பார்க்கையில்
தேனுன்ன படையெடுக்கும்..
தாமரை இவள் மீதோ
தவமிருந்து தேன் குடிக்கும்....

இவள் போல தாமரையோ
இதழ் திறந்து பூப்பதில்லை
உயிருக்குள் புணர்ந்து
உருவமாற்றம் அடைவதில்லை..

ஊனோடு மேலாடை
உயிருக்கும் சேர்த்து
அணிவதில்லை..
உச்சமாய் சொல்ல
உருப்படியாய்
தாமரைக்கு ஒன்றுமில்லை..

தலைகவிழ்ந்து நிற்கிறதாம்
தாமரையும் அவளிடமே..
தடாகத்தில் அவள் மூழ்கி எழ
தடம் புரள்கிறதாம்..
தாமரைக்குளம்..

தவளையும் ஆங்கே
சிறுகுறு மீன்களுமாங்கே
பூச்சி புழுக்களும்
புணர்ச்சியில் மயங்க...

ஒற்றை வாய்
கொப்பளித்த நீரில்
மோட்சம் கண்டதோ..குளம்.
மறை குறிப்பு..அவள்.
மகேசன் படைப்பு..

..இயலி..

152. கொஞ்சம் மொழி..

ஆத்தாடி பயபுள்ள
என்னுசுர
என்ன செஞ்சே...

கண்ணுக்குள்ள புதைக்கறியோ
இல்லே
என்ன பிச்சுத்தின்ன
பாக்கறீயோ..
பாதகத்தி கண்ணோரம்
காட்டுப்புலி பாய்ச்சல் போல..

உன்னெனப்பு உள்ளதடா
உள்ளே வந்து
பக்கம் நில்லேன்..

படியோடு பயணம் போக
என் இடையோடு
உன் விரலும் ஓட...
ஏக்கமய்யா எனக்குந்தான்..

எப்போ நீ..கூடப்போறே..
நேத்து வரை காதலோடு
நானிருந்தேன் நாற்றத்தோடு..

நடுரோட்டில் உன்னக்கண்டேன்
நடுங்குதடா நெஞ்சுக்குழி..
நகத்தப்போல உன் பார்வை
என்ன கீறிப்போகுதய்யா..
ஆத்தாடி என்ன செய்வேன்..

என் ஆசையெல்லாம்
கண்ணால் சொல்ல...

உனக்கு புரிஞ்சதோ..
புருவமத்திக்கு புரிஞ்சதோ
புத்திக்குள்ள என் நெனப்பு
புணரச்சொல்லி தைச்சதோ...

அப்படிப் பாக்காதே
அரும்புமீசை அருமைமாமா..
அருகம்புல்லாட்டம்..இவ
உன் பூசைக்குத்தான்..
காத்திருக்கா...

..இயலி..

153. மாமா..வா..

பூவோடு புத்திக்குள்ளே
புதுநாகம் புகுந்திருக்கு..

பூப்போல உன்னெனப்பு
மாலைசூட காத்திருக்கு..
மரிச்ச மஞ்சள் பூவும்
மார்தின்ன மல்லிப்பூவும்...

மாமன் நெனப்புல தான்
மடிதேடி கனத்திருக்கு..
கண்ணுக்குள்ள கஞ்சியும்
காலோடு ஊறுகாயும்
ஊறலாய் உதடுகளும்
நீ உண்ண தவமிருக்கு...

உடுக்கை கலைவீரோ
உள்ள சொல் கேட்பீரோ..
உள்ளும் புறமும்
என்னழகை மேய்வீரோ...

மேளம் கொட்டியாட்டம்
மேனிக்குள் நிலநடுக்கம்
மேலாடை உடுக்கையிலே
மேடுபள்ள தடுமாற்றம்...

மஞ்சள் வெயில்
மாலையிலே
உன் முகமே கேட்குதடா..
மாமன் உன் தடம் பார்த்து

மார்புக்குழி நோகுதடா....

பறிச்ச பூவெல்லாம்
பாலுணவு கேட்குதடா
பசியோடு நானிருக்கேன்
பாத்திரத்தில் ஒன்னுமில்லே....

...இயலி...

154. மஞ்சள்... மஞ்சம்..

மஞ்சள் கயிற்றோடு
மலரது மஞ்சம்
மணமானவன் நெஞ்சம்..
மல்லிகை வாசம்
மணவாளனிடம் தஞ்சம்..

மலர்ந்த மொட்டுக்கள்
மணமேடை கண்டு
மலரோடு துயில் காண
மணவாளனுண்டு..

மத்தியில் கனவு தான்
மலர் போல மங்கைக்கும்..
மலர்ந்து மணம் வீச
மணக்கிறாளே அதற்கும்...

மல்லிகை மொட்டுக்குள்
வண்டுகள் போலே
மணக்கு முன்னரே
மனம் வீழ்வதும் ஏனோ.....

மடிந்த கனவுகள்
மனசோடு கருக்க என்னை
மாத்திரம் தின்றானே
மறைப்பென்ன ஒதுக்க...

மழைச்சாரல் விழும் வேளை
மன்மதன் கண் மேயும்
மானுக்கும் மனசோடு

மனக்கனவு தேயும்...

மல்லிகை போட்டு
மணமாலை பூட்டி
மஞ்சம் நான் காண
மனசு தானே வேணும்..

மலர் தீண்ட மட்டுமே
வட்டமிடும் வண்டுகளை
எப்படி
எம்மனம் அடைகாக்க கூடும்..

அலையோடு பேசும்
ஆழ்கடல் நாங்கள்...
அன்போடு படகோட்டி
அக்கரை செல்வோம்..வாங்க..

உடைக்கும் உயிருக்கும்
மஞ்சமும் வேண்டும்
மனசோடு மனசு சேர
மன்னவன் மஞ்சமதில் கூட வேண்டும்...

..இயலி..

நட்புக்காக

155. அன்பின் அமுதனாய் .....

ஆசைகள் ஆயிரம் கொண்டு ....
இம்மியளவும் இமைவிட்டகலாது....
ஈந்திட்டாய் இம்சை கனவுகளை ....
உறக்கத்தை களவாடி ....
ஊசலாடும் உயிர் வாடிட ....
எரிந்திடும் ஊண்தனை ....
ஏந்திட வந்திடடா....
ஐம்புலனும் உனதன்பில்....
ஒருங்கே உருகிட .....
ஓர் நொடியும் போதுமடா ....
ஔடதமாய் நீ என்னுள் வாழ ....
அஃதெனக்கு ஆகப்பெரும் வரமடா....!!!
...சிவாகாயு.....

156. துணை ..

நீண்ட நெடுந்தூர
தனிமை பயணம் எனது....

வழித்துணையாய் கண்களில்
ஒளிக்கற்றையுடன்...

என் மகிழுந்து...

வாகன சூட்டில்...
வியர்வையில் குளித்து...

ரசிக்க மனமின்றி...
சாலையில் மட்டுமே கவனமாய்...

வெறுமையில் மனம்...
தனிமையின் தவிப்பு...

எதன் மீதான ஏக்கம்...
எதற்கிந்த காத்திருப்பு...

சுவாசிக்கவும் திராணியில்லை...
சாவின் விளிம்போ...

மனம் தடுமாற...

சிறு சுழல் காற்று....
புன்னகையை வரவழைக்க...

புரிந்தது அந்நொடி...

உன் அவசியம்...

திறந்தேன் சாளரத்தினை...
உன் வருகை வேண்டி...

இயற்கை அன்னையின்...
செல்ல பிள்ளை உனை...

உயிர் வரை தீண்ட செய்து...
உயிர்ப்பித்தேன் எனை நானே...

எனை மீட்டெடுத்த மகிழ்ச்சியில்...
குதூகலித்தாயோ... உன்
மழை சகோதரியை...
உடன் அழைத்து...

அவளின் ஆர்ப்பரிக்கும் சிதறலில்...
கரைந்தோடியது...
ஏக்கம் கொண்ட மனம்...

துணையாய் நீவிர் இருக்க...
இனி தனிமையின் தவிப்பு...
என்றும் எனக்கில்லை...
...சிவாகாயு.....

157. எனதருமை நட்பே

உன்னுடன் பேசி
களிக்கும் நேரங்களில்
என் கண்களாலும்
செவிகளாலும்
உன்னை முழுதாய் - என்
இதயத்தில் நிரப்பிக்கொள்ள
ஆசை கொண்டேன்.....

ஆயினும்.......

என் நிமிடங்கள் ஒவ்வொன்றும்
என்னை வஞ்சித்து
யுகங்களையும்
நொடிப் பொழுதில்
கரைத்து விட்டன.....

உன்னுடன் பேச நினைத்தாலோ....

தமிழின் மொத்த
வார்த்தைகளும்
உன்னைக் கண்ட
ஆனந்தப் பெருக்கால்
என்னுள் குழம்பிப் போகின்றன...

என்செய்வேன் எனதருமை நட்பே....

காதலில் மட்டும் அல்ல...
நட்பிலும்
பிரிவு துயரம்

உண்டென்பதை.....

இக்கணம்
அறிந்து கொண்டேன்......
நம் நட்பின் வழியே....
...சிவாகாயு.....

158. என் தாயின் அணைப்பில் ...

என் அர்த்தமற்ற
அழுகை மறந்து...
இலவம் பஞ்சாய்
மனம் இலேசாய் மாறி....

உலகம் மறந்து...
ஊன் மறந்து...
மனம் அறிவு
அத்தனையும் மறந்து...

என் முதல் மஞ்சமாம்
உன் மடிமீது
துயில் கொள்கிறேன்...

நான் முழுதுமாய்
உன் கரங்களில்...

நிம்மதியாய்
உன் தோள் சாய்ந்து
உறக்கம் கொள்கிறேன்...

என்னவளே...
என்னை ஈன்றவளே...
நீயே நான்...

உன் விரல் பிடிக்க....
என் இமைகள்
தழுவிகொண்டன....

நீ விடாதிருப்பாய்.....
என்ற நம்பிக்கையில்...
உறங்குகிறேன் நான்...
தாயே உன் அணைப்பில்...
எத்துனை நேசமோ உன்னில்..
குளிர்கால அழகியலாய்...

பனி படர்வின் எச்சமாய்...

புற்களின் மேல் மலர்ந்து...

ஆதவனின் வரவால்...

வெட்கி கரைந்து....

காலை கதிரின் தழுவலில்...

வானவில்லின் வர்ணங்களாய்

ஒளிர்ந்து...

மருகும் பனிபூக்களே...

உலகின் காதல் எல்லாம்

தோற்றுபோக காண்கிறேன்...

நேசத்தின் வரவு கண்டதும்....

சிலிர்த்து உருகி....

தனக்குள்ளே மயங்கி மாயமாகும்...

காண்போர் மனம் மயக்கும்...

உம் நேசத்தின் முன்...
என்னவன்
...சிவாகாயு.....

159. காதலின் சரியான முகவரி

பிரிவு தான் என
அறிந்து தானோ என்னவோ,
அடிக்கடி பிரிகின்றான் !!!

கத்தியின்றி வலிப்பதும்
நெருப்பில்லாமல் சுடுவதும்
காதல் செய்யும்
மாயம் தானோ !!!

நடந்து கொண்டு தான்
இருக்கிறேன் - ஆனால்
எந்த திசையில்
என்று தெரியாமல் !!!

என்னை போலவே திசைகளும்
குழம்பித்தான் போய் விட்டன !!!

ஒற்றைப் பார்வையில்
வரும் காதல்
பின் வரும் மௌனம்
இவைப் போல அவனும்
இனிமையானவன் தான் !!!
...சிவாகாயு.....

160. தொலைதூர காத்திருப்பு ...

உன்னுடன் களித்த...
சில மணித்துளிகளில்...
நான் புதிதாய் பிறந்தேன்...
ஒவ்வொரு நிமிடமும்...

அந்நினைவுகளில்...

உள்ளம் மலர்ந்தேன்
சில நேரம்...
உயிர் வெந்தேன்
சில நேரம்...

ஆனாலும் வாழ்கிறேன்....
உன்னோடும்...
உன் நினைவோடும்....

நீ மீண்டு வருவாய் ....
எனக்காய்..
என்ற நம்பிக்கையில்...

காத்திருக்கிறேன்...
தனியாக...
உன் நினைவே
துணையாக...

என் செல்லக்கோபமும்...
உன்னிடம் சொல்லும்...
என் உள்ளக் கிடக்கையை...
நீ திரும்பும் நாள்தனில்....

இலட்சிய கனவு

லட்சியம் கைவசத்தில் ...
யாவும் அடைந்ததாய் ...
பரவசம் கொள்ளாதே ...

பெருமிதம் கைவிடு ...
ஆனந்தமும் விடமாகும் ...
மிகுதியாகுமெனில் ...

நிதானம் மக(ளே)னே
செல்லும் தூரம்...
இன்னும் மிச்சம் உண்டு ...

கடந்துவந்த பாதை தனை...
மனதில் நிறுத்து...
கனவை விசாலமாக்கு ...

இலக்கில் கவனம் வை ...
லட்சிய தூரம் அடைந்துவிடு ..
விடா முயற்சி கொண்டு...

அடுத்த காலடியிலும்...
வானம் வசப்படும்...
...சிவாகாயு.....

161. ஊடல்

ஒவ்வொரு நாளும்
புதுப்புது சண்டையால்
இன்ப அவஸ்தைகள்
தருவது ஏனடி..........

பேசா மடந்தையாய்
நீ இடும்
செல்லச் சண்டைகளும்
இனிமை தானடி...........

உன் மௌனம்
கலைக்க நான்
செய்யும் பிரயத்தனங்களும்
சுகம் தானடி............

என் முயற்சியின்
பலனாய் உன்
பவளவாய் திறந்து
நீ சிந்தும்
முத்துப் புன்னகையில்
நான் எனை
தொலைத்ததும் ஏனடி........
...சிவாகாயு.....

162. தூது ..

என்னை புரிந்திட்ட
உன் மனம் இங்கிருக்க...

உன்னை புரிந்திட்ட
என் மனம் அங்கிருக்க...

நம்தம் உணர்வை
புரிந்து கொள்ள...

உள்ளுணர்வைத் தவிர...
வேறொரு தூது
வேண்டா நாம்...
...சிவாகாயு.....

163. தாய்

புதிதாய் பூத்த
தன் மலர்களுக்காக
தன் உதிரத்தை
உணவாக்கினாள் .....!!!

நாளொரு மேனியாய்
அவை வளர
தன் உழைப்பை
உரமாக்கினாள்.....!!!

தன் மலர்களின்
கனவை நனவாக்க
தன் கனவை
தொலைத்தாள் ......!!!

காய்ந்த சருகாய்
துவளும் வேளையிலும்
தன் மலர்கள்
மணம் பரப்பிட
ஓடாய் தேய்கிறாள் ....!!!
தனி ஒரு மனிதியாய்
விதவைத் தாய்...!!!!!
...சிவாகாயு.....

164. திகட்டாத காதல்

பெறுதல் மட்டுமே இன்பமா???
தருவதும் இன்பமே!!!...

காத்திருத்தலும் சுகமே,,,,
தொடர் நிகழ்வாக இருப்பினும்!!!!....

நயணங்களும் நவிலுமாம் குழுக்களில்
தனிமையாய்!!!...

விட்டு விலகும் நிலைபெறினும்
பிரார்த்திக்கும் இதயமது நீடூழி வாழ்கவெனவே!!!....

வசவுகளும் அக்கரையாம்
முற்றுப்பெறா அன்பினில்....
•••...ஜெகாமகா

165. பதராய் போகிறேன்..

மனிதனை படைத்தான்
மனதையும் படைத்தான்
அன்பையும் விதைத்தான்
அதில் அமிலமும் கலந்தான்
பொய்யில்லா அன்பை பெற
யாசகம் கேட்கிறேன்!!!....
சில வேஷமும் அன்பாய் என்னி
பதராய் போகிறேன்???....
வேஷம் வெளிப்படாதவரை
அழகாய் தெரிவது...
வெளிப்பட்டதும் வெளு(று)க்குது மனதும்....
மனதை எடை போடும் மனதும்
எனக்கருள்வாய்?
வேஷமிடா அன்பும் எனக்கருள் வாய்?
இல்லையேல் வேஷமேயாகினும்
பிரித்தறியா பதராகவே இருத்திடிவாய் பதராவே புதைந்தும் போகி-றேன்...
......ஜெகாமகா

166. அமைதி எங்கே??

அமைதியின் பேர் இரைச்சலில் சிறு பயம் எட்டிப்பார்க்கும்...

மயங்கிய மதி தெளிந்ததும் பயம் விலக்கி அமைதியை ரசிக்கும்....

ரசனையும் சலிப்பு தட்ட அமைதியை கலைக்க மனது கூச்சலிடும்....

கூச்சலிடும் மனதை அடக்க அமைதியை நாட அமைதியிலும் கலப்-படம் மனதிற்குள் பல கூச்சல்....

அமைதி எங்கே!!??
......ஜெகாமகா

167. ஊடல் முடிந்து கூடலும்....

நீண்ட பிரிவிற்கு பின் சந்திக்கும் வேளை கிடைத்திடும் காற்றுபுகா அணைப்பும்..
காமமில்லா முத்தங்களும்....
தன் இணையின் துயரில் துவல்தலும்....
தன் இனையின் முன்னேற்றத்தில் உறுதுணையாய்....
சுயநலமில்லாத அன்புடனே கிடைத்திடும் காதல் திகட்டிடுமோ!!!
......ஜெகாமகா

168. அழகி

கரும்பாறையை சிதைத்தே சிற்பமாக்கினான் சிற்பி ...

அதனழகில் மயங்கிய மனிதனும்
சிலாகித்து போனான் பேரானந்தமாய்...

கருமை நிறத்தழகி அவளின் அழகில் மயங்கிய மனங்களும் காதலில் வீழ்ந்தது ஆச்சர்யமேதுமின்றி...

நினைவில் சிரித்துக்
கொண்டாள் சிற்பத்திற்கு வடிவு தர தன்னை மாதிரி வடிவாக மாற்றி நின்ற கருப்பழகி....
•••...ஜெகாமகா

169. ஈர்ப்பு

மழைசாரலில் மின்னும் வெய்யோனொளியும் ஈர்க்கும் புல் நுனியில்...

இளங்காற்றில் அசையும் தென்னங்கீற்றும் மதிமயக்கும் மதியொளி-யில்....

பசு மடிமுட்டும் கன்றின் பசியாற்றும்
சத்தமும் சங்கீதமாய்....

பிழையிழைத்து இதழ் சுழிக்கும்
பிஞ்சுமுகமும் ஓவியமாய்....

தோல் சுருங்கி நரையெய்தியும்
திகட்டாத காதலுடன் கிழவனும் கிழவியும்....

பசிக்கும் நேரம் பழையகஞ்சியும்
தேவாமிர்தமாய்.....

ஓயா சங்கடங்களுக்கிடையில்
கிடைக்கும் சிற்றின்பமாய்....

எதிலும் ஓர் ஈர்ப்பு ....இவையும்....
......ஜெகாமகா

170. வாழ்க்கை வாழ்வதற்கே

வருமையும் வசந்த காலமும்
இனிமையே....மனமிருந்தால்!!!........

இன்பக்களிப்பும் துவளும் துன்பமும்
ஒன்றேதான்....பக்குவப்பட்ட மனதிற்கு...

ஏற்றமும் இறக்கமும் வரும் போகும்
வாழும் வாழ்க்கை ஒன்றேதான்...

அதை வாழ்வோம் நம் மனதிற்கு பிடித்த வகையில்...நேர்மையுடன்.....
......ஜெகாமகா

171. கதராடை

நெய்தவன் வயிற்றை காயப்போட்டு
கதராடைக்கு விரைப்பேற்றினான் கஞ்சியிட்டு...
......ஜெகாமகா

172. மந்திரவாதி

அன்பாலே என்னை ஆட்டி வைக்கும் மந்திரவாதி அவன்....

மயக்கும் புன்னகையில் என் மதிமயக்கி
தன் காரியம் சாதிக்கும் தந்திரனவன்...

என் கோபம் போக்கும் மந்திரம் கற்றவன்...

என் தாய்மையின் முதல் கரு அவன்...
••....ஜெகாமகா

173. ரசிகை நான்

காற்றில் தவழும் நீர் குமிழியை தொட்டுடைத்தே மகிழும் மழலையை ரசித்தே நின்றேன் நினைவிழந்தே....

கருவறை விட்டு புவி தொடும் தருணம் தட்டுத்தடுமாறி நிலத்தில் காலூன்றும் கன்றின் வேல் விழியில் லயித்தே போனேன் நான்....

கண் திறவாத போதும் தன் தாய் பறவையின் ஸ்பரிசம் உணரும் குஞ்சின்
உணர்வில் வியந்தேன் என்னை மறந்தேன்....

சிறு தூரலில் கிளம்பும் மண் வாசமும்...
வயல் வெளி நெல் வாசமும்...
குயவன் கை வடிக்கும் மண் பாண்டமும்....

கல்லுக்குள் ஒலிந்திருக்கும் சிற்பியின் உளி வடிவமும்....

காயலில் கண்டெடுக்கும் முத்துசிப்பியும்...

கார்முகில் மறைத்த வெண்ணிலவும்....

வெற்றுக் காகிதத்தில் பல வண்ண துளிகளும்...

தூரத்துக் கருங்குயிலின் காலை கச்சேரியும்...

ரணம் கொண்ட மனதிற்கு ரம்யமான தனிமையும் கண்ணீரும்...

ஆறுதல் தேடியே அன்னை மடியும்
அதை தரவே என்னவன் மார்புகுழியும்....

பித்தாய் பதியும் நானும்....ரசித்தேன்

......ஜெகாமகா

174. ரசனை

மனதில் ஆனந்தம் கூத்தாடும் பொழுதினில் பார்ப்பது அனைத்தும் ரசனையாய்...

காகத்தின் குஞ்சும் அழகழகாய்...

மயில் அகவலும் இனிமையாய்....

சேற்றில் புரலும் பறளும் சித்திரமாய்....

கட்டாந்தரையும் சிந்தை மயக்கும் கானகமாய்....

ரசித்தே கிடக்கும் குதூகலம் குறையுமட்டும்....
......ஜெகாமகா

175. வரமாய் வந்தவளே(னே)

கரம் சேர்ந்த நொடி உலகை வென்ற
பூரிப்பு என்னுள்....

ஆயிரமாயிரம் மயிலிறகு வருடியதாய்
உணர்ந்தேன் உன் ஸ்பரிசத்தில்...

இதுவரை உணராத நுகர்ந்திடாத
புது சுகந்தம் உன்னிடம்...

மனதை கவர்ந்தாய் உன் உதட்டுச்சுழிப்பில்...

முற்றும் வசியமானேன்
உன்னிடமே...

கண்ணால் கதை பேசும்
காவியமே...

நின் மதிமுகம் சற்றே வாடினும்
வாடினேன் நானுமே...

வரமாய் வந்த என் மகளே(னே)
உன் காலடியே என் சொர்கமே...
......ஜெகாமகா

176. எங்கேயும் எப்போதும்

நான் காணும் திசையெங்கும் உன் பிம்பம்.... என் சுவாசத்தில் நிறைந்திருக்கும் உன் வாசம்... என் பசிப்பிணிக்கு பாலமுதாய் உன் வாஞ்சை... என் மனச்சோர்வுக்கு உன் வாய் மொழியே அவுடத-மாய்... மெய் தளர்ந்த போதினும் தளராத நம் நேசம்... எல்லைக்குள் அடங்காது எங்கேயும் எப்போதும்.... ...

•••...ஜெகாமகா

177. நெஞ்சோடுகலந்நிடு

கண்ணில் கலந்து...
கருத்தில் நிறைந்து...
கை கோர்த்து...
மெய் கலந்து...
உயிர் சுமந்து...
இன்னல் பல கடந்து....
ஊண் தளர்ந்து மூப்படைந்தும்...
என் நெஞ்சோடு நீக்கமற நிறைந்த
என் உயிரே நெஞ்சோடு கலந்திடு....
••••...ஜெகாமகா

178. மாயக்காரி

என் முகம் பார்த்து அகம் படிக்கும்
மாயக்காரி ...
மனம் சுனங்கும் வேளையில் மடிதந்து
தலைகோதி மருந்தளிக்கும் மருத்துவச்சி...
தன்னலமின்றி என் நலம் பேணும்
வெள்ளந்தி...
ஆயிரமாயிரம் உறவு கொண்டாலும்
என் முதல் உறவானவள் என் தாயுமானவள்...
......ஜெகாமகா

www.ingramcontent.com/pod-product-compliance
Lightning Source LLC
LaVergne TN
LVHW090218051026
849517LV00001B/107
* 9 7 9 8 8 8 5 2 1 1 9 7 0 *